for Dr. Gelinas
Love,
Reeny [illegible]
Nov. 2010

റിട്ടേൺ ഫ്ളൈറ്റ്

റീനി മമ്പലം

കോട്ടയത്തിനടുത്തുള്ള പള്ളത്ത് ജനിച്ചുവളർന്നു.

അച്ഛൻ: ജോർജ് സഖറിയ. അമ്മ: അച്ചാമ്മ ജോർജ്.

പള്ളം ബുക്കാനാൻ സ്കൂളിൽ ഹൈസ്കൂൾ വിദ്യാഭ്യാസവും കോട്ടയം സി എം എസ് കോളജിൽ നിന്ന് ബിരുദവും നേടി. വിവാഹാനന്തരം അമേരിക്കയിൽ കണക്റ്റിക്കട്ടിൽ താമസിക്കുന്നു.

ഭർത്താവ്: ജേക്കബ് തോമസ്. മക്കൾ: വീണ. സപ്ന.

Address:

10 Cawdor Burn Road
Brookfield,
Connecticut 06804
USA
E-mail: reenimambalam@gmail.com

റീനി മമ്പലം

റിട്ടേൺ ഫ്ളൈറ്റ്

(കഥകൾ)

ലിപി പബ്ലിക്കേഷൻസ്
കോഴിക്കോട് - 673 002
വില: 50 രൂപ

Malayalam Language

RETURN FLIGHT

REENI MAMBALAM

First Edition: October 2010

Typeset & Layout by LIPI DTP

Cover Designed by Benny Antony, LIPI Graphics

Printed by Geethanjali Offset Prints

Price: Rs.50/-

Publishers

LIPI PUBLICATIONS

B-14, Vikas Building, Rly. Stn. Link Road, Kozhikode-2
Tel: 0495-2700192, Mobile: 9847262583
Email: lipipublicationsclt@gmail.com

Showroom

LIPI BOOKS

F-15, Stadium Complex, Rajaji Road, Kozhikode-4
Tel: 0495-2720192

ജനാലകൾ തുറക്കുന്ന സ്ത്രീ

"കല്ലിനോട് സംസാരിച്ചപ്പോൾ
അത് മണിനാദം മുഴക്കി"
പാബ്ലോ നെരൂദ

കല്ലുപോലുള്ള ജീവിതത്തോട് സംസാരിക്കുമ്പോൾ ഒരെഴുത്തുകാരനോട്/എഴുത്തുകാരിയോട് അത് തിരിച്ചുപറയുന്നതെന്താവും? സാഹിത്യത്തിലെ ഏറ്റവും ശക്തമായ ശാഖയെന്ന നിലയ്ക്ക് സാമൂഹ്യജീവിതത്തോടുള്ള മുഴക്കമുള്ള പ്രതികരണോപാധിയാണിന്ന് ചെറുകഥ. ഭാഷയുടേയും സംസ്കാരത്തിന്റേയും മണിമുഴക്കം കേട്ടിട്ടും പരാജയപ്പെടുമ്പോഴും ശിരസ്സുയർത്തി മുന്നേറുന്ന ഏതോ ഒരു ജനറലിന്റെ ചിത്രം അത് വല്ലാതെ ഓർമിപ്പിക്കുന്നുണ്ട്. സ്വയം നാടുകടത്തിക്കൊണ്ടിരിക്കുന്ന ഒരു ജനതയെന്ന നിലയ്ക്ക് പ്രവാസത്തിന്റെ അന്തമറ്റ കാണാച്ചരടുകളിൽനിന്ന് നാം സമ്പത്തിന്റെ ഒഴുക്കിനെ മാത്രം ശ്രദ്ധിക്കുന്നു. കേരളത്തിന്റെ മൊത്തം ജനസംഖ്യയുടെ യൗവ്വനമാർന്ന മൂന്നിലൊന്ന് വെളിയിലാണ്. മദിരാശി, ബംഗളൂരു, മുംബൈ, ഡൽഹി, മലേഷ്യ, സിംഗപ്പൂർ, ഗൾഫ്, യൂറോപ്പ്, അമേരിക്ക ഇങ്ങനെ ലോകമെമ്പാടും അലഞ്ഞുതിരിയുന്ന ഒരു സമൂഹമായി കേരളീയർ. എല്ലാറ്റിനേയുംചേർത്ത് ഒറ്റയടിക്ക് പ്രവാസമെന്ന് വിളിക്കുമ്പോൾ പ്രവാസത്തിന്റെ വൈവിധ്യത്തെയും വൈജാത്യത്തെയും ബോധപൂർവ്വം നാം കണ്ടില്ലെന്ന് നടിക്കുകയാണ് ചെയ്യുന്നത്. നമ്മുടെ സാംസ്കാരിക മനസ്സിൽ വിവിധതരം പ്രവാസങ്ങൾ വിവിധ തരത്തിലേല്പിക്കുന്ന സമ്മർദ്ദത്തെപ്പറ്റിയോ മൂല്യബോധത്തിലുണ്ടാക്കുന്ന കുഴമറിച്ചുകളെപ്പറ്റിയോ, അരനൂറ്റാണ്ട് കഴിഞ്ഞ പ്രവാസചരിത്രത്തെപ്പറ്റിയോ കൃത്യമായ ഒരു ഡോക്യുമെന്റേഷൻ പോലും നമുക്കുണ്ടായില്ല. ഒരു പണമുൽപ്പാദനയന്ത്രം എന്നതിനപ്പുറമുള്ള പ്രാധാന്യം സത്യം പറഞ്ഞാൽ, രാഷ്ട്രീയക്കാരോ ഭരണകൂടങ്ങളോ ഈ ജനതയിൽ ഇന്നോളം കണ്ടിട്ടില്ല. പ്രവാസം തന്നെ പല വിധമാണ്. ഗൾഫിലതിന് ശരീരവില്പന/അധ്വാനവില്പനയുമായാണ് സാദൃശ്യം. യൂറോപ്പിൽ, അമേരിക്കയിൽ അത് പറിച്ചുനടലിന്റെ വേദനയാണ്. (ചിലപ്പോഴെങ്കിലും ആശ്വാസവും!)

കാലത്തെപ്പറ്റിയുള്ള ആഴത്തിലുള്ള റിപ്പോർട്ടിങ്ങ് എന്ന നിലക്ക് സാഹിത്യം പ്രവാസത്തെ എങ്ങനെ അടയാളപ്പെടുത്തി എന്നതിന് വളരെ പ്രാധാന്യമുണ്ട്. നൊസ്റ്റാൾജിയ ഒരു നിലവിളിയായിട്ടുണരുന്നതാണ് അവിടെ കാണാൻ കഴിയുന്നത്. നൊസ്റ്റാൾജിയയെ ഒരു പരിഹാസരൂപമായിട്ടെടുക്കുന്നതിൽ വിയോജിപ്പുള്ള ഒരാളാണ് ഞാൻ. കരച്ചിലിന്റെ ഒരുതരം വേഷപ്രച്ഛന്നതയാണത്. അതിൽ അമ്മയെ വിട്ടുപോകുന്ന കുഞ്ഞും, കുഞ്ഞ് വിട്ടുപോകുന്ന അമ്മയുമുണ്ട്. റീനി മമ്പലം ഈ വിഷയം വളരെ ഭംഗിയായി ഔട്ട്സോഷ്സ്ഡ് എന്ന കഥയിൽ കൊണ്ടുവരുന്നുണ്ട്. ഈ കഥയെ കേവലം മാതൃത്വത്തിന്റെ കഥയായി കാണാനല്ല എനിക്കു താല്പര്യം. പ്രവാസം അടിച്ചേല്പിക്കുന്ന അന്യവൽകരണമുണ്ട്. അത് ചെറിയ വിഷയമല്ല. ഈ വിഷയം വളരെ പ്രതീകാത്മകമായി ഈ കഥയിൽ നാം വായിക്കേണ്ടിയിരിക്കുന്നു.

പ്രവാസ രചനകൾ നോസ്റ്റാൾജിയക്കപ്പുറം പതുക്കെ വികസിച്ചു വരുന്നുണ്ട്. ഗൾഫിൽനിന്ന് ബെന്യാമീൻ എഴുതുമ്പോഴും കാനഡയിൽനിന്ന് നിർമ്മല എഴുതുമ്പോഴും ഇത് സംഭവിക്കുന്നത് നാം കാണുന്നു. മലയാള കവിതയിൽ അട്ടിമറികളുണ്ടാക്കിയവരിൽ പ്രമുഖനായ ചെറിയാൻ കെ. ചെറിയാൻ തന്റെ എഴുത്തിന്റെ രണ്ടാം ജന്മത്തിലൂടെ നടത്തുന്നതും (ഊമ എന്ന കഥാസമാഹരം നോക്കുക) ഇതുതന്നെ. ന്യൂയോർക്കിലിരുന്ന് സി. എം. സി വേറേ രൂപത്തിൽ ഇതിനെ ആവിഷ്ക്കരിക്കുന്നു. ജയൻ കെ. സി. റാഡിക്കലായി നിർവ്വഹിക്കുവാൻ ശ്രമിക്കുന്നതും ഇതുതന്നെ. ഫിലഡൽഫിയയിൽനിന്നുള്ള രണ്ട് എഴുത്തുകാരികളായ നീന പനയ്ക്കലും ലൈല അലക്സും സ്ത്രീപക്ഷരൂപങ്ങളെയാണ് തേടുന്നത്.

പ്രവാസസാഹിത്യത്തെപ്പറ്റി പറയുമ്പോൾ അതിൽ പെണ്ണെഴുത്തിന്റെ അടയാളങ്ങൾ കാര്യമായി ആരെങ്കിലും അന്വേഷിച്ചതായി അറിവില്ല. പ്രവാസത്തിന്റെ ഗാർഹികസമ്മർദ്ദങ്ങൾക്ക് ഏറെ വിധേയമാവുന്നത് സ്ത്രീ തന്നെയാണ്. നിർമ്മലയുടെ രചനകൾക്ക് ഈയർത്ഥത്തിൽ വലിയ സ്ഥാനമുണ്ട്. ആ നിരയിലാണ് റീനി മമ്പലത്തിന്റെ രചനകളും വന്നുനിൽക്കുന്നത്. ആഗോളതലത്തിൽത്തന്നെ ഭൂകമ്പങ്ങൾ സൃഷ്ടിച്ച 'സെപ്തംബർ 11' സ്ത്രീയെ എങ്ങനെ ബാധിച്ചുവെന്നറിയാൻ 'സെപ്തംബർ 14' എന്ന കഥ നോക്കുക. സാമൂഹ്യ സാഹചര്യങ്ങൾ മനുഷ്യനെ നിയന്ത്രിക്കുന്നു. 'സെപ്തംബർ 11' എല്ലാ സ്ത്രീയകത്തളങ്ങളിലും വിവിധതരം ഓളങ്ങളുണ്ടാക്കിയിട്ടുണ്ട്. റീനി എഴുതുന്നത് അവയിലൊന്നു മാത്രമാണ്. ദ്വന്ദ്വങ്ങൾ തമ്മിലുള്ള സംഘർഷവും പ്രത്യുല്പാദനപരമായി ഒന്നും ഉല്പാദിപ്പിക്കുന്നില്ല എന്ന ആശങ്കയും ഈ എഴുത്തുകാരിയുടെ പ്രധാന ഭാവമാണ്. വന്ധ്യത എന്ന വിഷയം കഥകളിൽ നിരന്തര സാന്നിദ്ധ്യമായി വരുന്നതും ചേർത്തുവായിക്കേണ്ടതുണ്ട്. ഇതിന്റെ മാനസികാകാശം വളരെ വ്യക്തമാ

കുന്നത് ഔട്ട്സോഴ്സ്ഡ് എന്ന കഥയിലാണ്. ഈ കഥയ്ക്കു പറയാനുള്ളത് സ്വന്തം ഭാര്യയുടെ ഗർഭപാത്രം വാടകയ്ക്കുകൊടുത്ത് ഓട്ടോറിക്ഷ വാങ്ങേണ്ടിവന്ന ദിനേശന്റെയോ, വാടകഗർഭത്തിന് വിധേയമാവേണ്ടിവരുന്ന അയാളുടെ ഭാര്യ നിർമ്മലയുടെയോ, ഗർഭപാത്രം വാടകക്കെടുത്ത ഉഷയുടെയോ, അമേരിക്കൻ ഭർത്താവ് മാർക്കിന്റെയോ കഥയല്ല. പാരമ്പര്യത്തിന്റെ, പറിച്ചുനടലിന്റെ കഥയാണിത്. പറിച്ചുനടലിന്റെ വേദനയാണ് നിർമ്മല എന്ന സാധാരണ സ്ത്രീയെ ഉപകരണമായെടുത്ത് എഴുത്തുകാരി നിർവ്വഹിക്കുന്നത്. സൂക്ഷിച്ചുനോക്കിയാൽ ഇതുമൊരു വാടകയ്ക്കെടുക്കലാണ്! തന്റെ പാരമ്പര്യം മറ്റെങ്ങോ വളരുന്നതിന്റെ വേദനയാണ് ഈ കഥ മറ്റൊരു കഥയുടെ പ്രച്ഛന്നവേഷത്തിൽ പറയുന്നത്. പ്രവാസിയുടെ ഭൂപടം വേറെയാണ്. ഓർമ്മകളിലാണ് അതിന്റെ യഥാർത്ഥ ഭൂപടം. ഇതേ പേരിലുള്ള കഥ നോക്കുക. സാങ്കേതികമായി റീനിയുടെ കഥകൾ റിയലിസത്തെയാണ് അവലംബിക്കുന്നതെങ്കിലും മനശ്ശാസ്ത്രപരമായി ഈ കഥകൾ യഥാതഥ കഥതന്നെ കേവലം ഉപാധിയാക്കി ഉപയോഗിക്കുകമാത്രമാണ്.

വ്യക്തിത്വമാർജ്ജിക്കാൻ ശ്രമിക്കുന്ന സ്ത്രീകൾ എന്നതും റീനിയുടെ പ്രധാന കഥാവിഷയമാണ്. ഇന്ത്യൻ യാഥാസ്ഥിതികമായ മൂല്യബോധത്തിൽത്തന്നെ വേരൂന്നിയാണ് ഇത്തരം കഥാപാത്രങ്ങൾ മനോഭാവങ്ങളെ തേടുന്നത്. റീനി അവതരിപ്പിക്കുന്ന കഥാപാത്രങ്ങളിൽ ഐഡിയലിസ്റ്റുകളായ സ്ത്രീകളാണ് ഏറെയും. ഇത് യാദൃച്ഛികമല്ല. 'ജീവിതത്തിൽ കർത്തവ്യങ്ങളും കടപ്പാടുകളും സ്നേഹത്തിന്റെ ഭാഗമാണ്' എന്ന് ശിശിരം എന്ന കഥയിൽ പറയുന്നുണ്ട്. പുരുഷനിൽ പിതൃഭാവത്തെയാണ് പ്രണയത്തിൽപ്പോലും തേടാൻ ശ്രമിക്കുന്നത്. സ്ത്രീയെഴുതുമ്പോൾ എന്തു സംഭവിക്കുന്നു എന്നറിയാൻ മാധവിക്കുട്ടിയും സാറാ ജോസഫും നമുക്കുണ്ട്. 'എഴുത്തിന്റെ വഴികൾ' എന്ന കഥയിലെ നായിക മൂന്നാമതൊരാളെ (ഭർത്താവ്, മക്കൾ എന്നിവർക്കു പുറമെ) തേടി നിഗൂഢമായി അലയുന്നുണ്ട്. അത് സത്യത്തിൽ എഴുത്തിന്റെ വഴിയാണ്. വിനിമയം ചെയ്യാൻ ഇനിയും ബാക്കികിടക്കുന്ന ഒന്ന് അതിന്റെ വഴിയന്വേഷിക്കുകയാണ്. ആത്മാവിന്റെ വേറിട്ടൊരു വഴിയാണതു തുറക്കാൻ ശ്രമിക്കുന്നത്. ആത്മീയത എന്നുതന്നെ അതിനെ വിളിച്ചാലും കുഴപ്പമില്ല. അത് സത്യത്തിൽ, നഷ്ടപ്പെട്ട ഗർഭപാത്രമാണ്. ആദ്യം വിക്ടോറിയയായും അവർ നൽകിയ ചെടിയായും പിന്നീട് അജ്ഞാതനായ കാമുകനായും വന്നുചേരുന്നത് അതുതന്നെയാണ്. ഇനിയും വിനിമയം ചെയ്യപ്പെടാനാവാതെ നിൽക്കുന്ന ഒന്നിനെ വഹിച്ചുനടക്കുന്ന അവിശ്രമാവസ്ഥയുമാണത്. ഇത്തരമൊരു space സമൂഹഘടന അനുവദിക്കുന്നില്ല, പ്രത്യേകിച്ച് സ്ത്രീയ്ക്കുമേൽ. നീ 'ഓവർ റിയാക്ട്' ചെയ്യുന്നു എന്നു പുരുഷൻ പറയുന്നത് ഈ space ൽ അവൾ അരക്ഷിതയായിപ്പോകുമെന്ന ഭയം കൊണ്ടാണ്. 'അഗാധമായൊരു കുഴൽക്കിണർപോ

ലെയാണ് അവളുടെ റഫ്രിജറേറ്റർ. എത്ര ശ്രമിച്ചാലും അടിത്തട്ടു കാണുവാൻ സാധിക്കുന്നില്ല. ചീഞ്ഞളിഞ്ഞൊരു തക്കാളിയോ വേരുകൾ മുളച്ചു തുടങ്ങിയ ഉരുളക്കിഴങ്ങോ സവാളയോ ഫ്രിഡ്ജിൽ കാണാതിരിക്കില്ല' എന്ന് റീനി എഴുതുന്നത് സ്ത്രീയുടെ space ൽ നിന്നുകൊണ്ടുതന്നെയാണ്. 'വേദനിക്കുന്ന മനസ്സ് ഈശ്വരനിലേക്കുള്ള ചൂണ്ടുപലകയാണ്. എഴുത്ത് ആത്മാവിന്റെ രോദനമാണ്' എന്നു റീനി എഴുതുമ്പോൾ അത് തന്റെ രചനാസങ്കൽപ്പത്തിന്റെ മാനിഫെസ്റ്റോ ആയിത്തീരുകയാണ്. വൈകി കണ്ടുമുട്ടുന്ന പ്രണയിനികൾ എന്ന വിഷയം എഴുത്തുമായി ബന്ധപ്പെട്ടാണ് കഥയിൽ നിരന്തരമായി വരുന്നതെന്നും മനസ്സിലാക്കേണ്ടിയിരിക്കുന്നു. ഈ പ്രണയം ഉള്ളിൽ അടക്കിപ്പിടിച്ച ആത്മാവിഷ്ക്കാരത്തോടുള്ള അടുപ്പമാണ്. പ്രതികൂല സാഹചര്യത്തിലും വിള്ളൽ വീഴ്ത്തി ആത്മാവിഷ്ക്കാരത്തിന്റെ സൂര്യൻ നഷ്ടപ്രഭാതങ്ങളെ അന്വേഷിക്കുന്നതുമായിട്ടാണിതിനു സാദൃശ്യം. 'തുറന്നിടാനാവില്ലെങ്കിൽ ജനാലകൾക്കൊണ്ട് എന്തു പ്രയോജനം? 'സെപ്തംബർ 14' ൽ കഥാപാത്രത്തെക്കൊണ്ട് ഇങ്ങനെ ചിന്തിപ്പിക്കുന്നുണ്ട് എഴുത്തുകാരി. 'എന്തിനാണ് ഇതൊക്കെ എഴുതിക്കൂട്ടുന്നത്? കുട്ടികൾക്ക് കാലത്തും നേരത്തും വല്ലതും ഉണ്ടാക്കിക്കൊടുക്കാൻ നോക്ക്' എന്ന് 'എഴുത്തിന്റെ വഴികൾ' എന്ന കഥയിലെ ഏറ്റവും ആധുനികമായ അമേരിക്കൻ ജീവിതത്തിലും ഇന്ത്യൻ യാഥാസ്ഥിതികയുടെ പുരുഷമേധാവിത്ത കല്പനകളാണ് ആവിഷ്കരിക്കാൻ ശ്രമിക്കുന്നത്. സ്ത്രീയെ ഭർത്താവായും മകനായും ഹിംസ പിന്തുടരുന്ന ചിത്രം 'സെപ്തംബർ 14' എന്ന കഥയിൽ കാണാം. സഞ്ജയ് അച്ഛൻ തന്നെയാണ് ഈ കഥയിൽ. സ്ത്രീയെ ചരിത്രസംഭവങ്ങൾക്കുപുറത്ത് നിർത്താനുള്ള പരോക്ഷ ശ്രമങ്ങൾ നിരന്തരമായി മലയാളി സമൂഹത്തിൽ സംഭവിക്കുന്നുണ്ട്. ഇതിൽ സ്ത്രീ പോലും തിരിച്ചറിയപ്പെടാത്ത മുഹൂർത്തങ്ങളാണ് ഏറെ.

പറിച്ചു നടപ്പെടുന്ന സംസ്കാരത്തിന്റെ വേദന, മുറുകെപ്പിടിക്കാൻ ശ്രമിക്കുന്ന നല്ലതും തിയ്യതുമായ പൈതൃകങ്ങൾ രഹസ്യമായി കൊണ്ടുനടക്കുന്ന പുരുഷകേന്ദ്രീകൃത സങ്കൽപ്പനങ്ങൾ, ഇവയ്ക്കിടയിൽ ഞെരുങ്ങുന്ന സ്ത്രീയാലോചനകളുടെ പ്രശ്നപരിസരങ്ങൾ- റീനി എഴുതുമ്പോൾ ഇവയൊക്കെ കഥാപാത്രങ്ങളായും കഥാഭാവങ്ങളായും വേഷപ്പകർച്ചയാടുന്നുണ്ട്.

സ്ത്രീയെഴുതുമ്പോൾ, അത് അമേരിക്കയിലായാലും ഇന്ത്യയിലായാലും തീർച്ചയായും ജനാലകൾ തുറക്കാനായുക തന്നെയാണ്; കേരളീയ സമൂഹത്തിൽ പ്രത്യേകിച്ചും.

ശിഹാബുദ്ദീൻ പൊയ്ത്തുംകടവ്

ജൂലൈ 28, 2010

സമർപ്പണം

പ്രോത്സാഹനം നൽകിയ കൂട്ടുകാരനും മക്കൾക്കും
സാഹിത്യ സുഹൃത്തുക്കൾക്കും

ഉള്ളടക്കം

ഓർമ്മകളുടെ ഭൂപടം

നീണ്ട ഇടവേളക്കുശേഷം ഒരു സഹപാഠി ഫോണിൽ വിളിച്ചു.

'ഞാനും ഇവിടെ എത്തി. നിനക്ക് സുഖമല്ലേ?'

'നിനക്കും സുഖമല്ലേ' -ഞാൻ അവനോട് ചോദിച്ചു.

പ്രവാസികളായ ഞങ്ങളുടെ ഇടയിൽ നാട്ടുവിശേഷങ്ങളുടെ ചെണ്ടമേളം.

ലേഡീസ് ഹാളും ഗ്രേറ്റ് ഹാളും കടന്ന്, വാകമരച്ചുവട്ടിലൂടെ നടന്ന് ഞങ്ങൾ പഴയ ക്യാമ്പസ് കയറിയിറങ്ങി. അവൻ ക്യാമ്പസിന്റെ മതിൽ ചാരി നിന്ന് സംസാരിച്ചപ്പോൾ ഞാൻ സയൻസ് ക്ലാസ്സിലിരുന്ന് കേട്ടു.

ജൂനിയർ ക്ലാസ്സിൽ പഠിച്ചിരുന്ന രണ്ടു കുട്ടികൾ തമ്മിൽ വിവാഹിതരായെന്നും പെൺകുട്ടി താമസിയാതെ മരിച്ചുവെന്നും കേട്ടപ്പോൾ എന്റെ കണ്ണു നിറഞ്ഞു.

'ജയക്ക് ലുക്കീമിയ ആയിരുന്നു.'

നിമിഷനേരത്തെ ജീവിതത്തിനുശേഷം, തീരത്തിന്റെ ഒരു കഷ്ണവുമായി മറഞ്ഞ തിരയായി അവളെന്റെയുള്ളിൽ നിന്നു. വിധി മുൻകൂറായി മനസ്സിന്റെ ജാലകത്തിലൂടെ കണ്ടാൽ നാമെല്ലാം ജീവിക്കുവാൻ മടിക്കില്ലേ?

'ഈയിടെ നടന്ന തീവണ്ടി സ്ഫോടനത്തിൽ എന്റെ സുഹൃത്തുണ്ടായിരുന്നു. അത്യാസന്നനിലയിലായ അയാൾ പിന്നീട് മരിച്ചു. നിനക്കറിയില്ലേ, ജോർജ്ജിനെ?' അവൻ ചോദിച്ചു.

'ഞാനറിഞ്ഞു'

'അയാൾക്ക് നിന്നോടു സ്നേഹമായിരുന്നു. ആരാധനയായിരുന്നു'

ഓർമ്മകൾ ചികഞ്ഞെടുത്തുകൊണ്ടു ഞാൻ ചോദിച്ചു, 'പ്രണയമായിരുന്നില്ലല്ലോ?'

എന്റെ ശബ്ദത്തിന് പരിഹാസച്ചുവ. അന്ന് എന്റെ പിന്നാലെ കൂടിയിരുന്ന രണ്ടാംനിഴലിന് എന്നും ഒരേ നീളമായിരുന്നു.

'നിനക്ക് അയാളോട് അൽപ്പമെങ്കിലും സ്നേഹം തോന്നിയിട്ടില്ലേ?' അ

വൻ ചോദിച്ചു.

'ഇല്ല,. എനിക്കയാളോടു വെറുപ്പായിരുന്നു, കാണുന്നതുതന്നെ ദേഷ്യമായിരുന്നു.'

മറുപടികൊടുക്കുവാൻ എനിക്കു ചിന്തിക്കേണ്ടിയിരുന്നില്ല.

'നീ അൽപ്പം ദയയോടെ സംസാരിക്കൂ. അയാളുടെ ആത്മാവിന് വിങ്ങലുണ്ടാക്കുന്ന വാക്കുകൾ നീ പറയുന്നു.'

അവന്റെ ശബ്ദത്തിലെ വ്യസനവും ശാസനയും ഞാനറിഞ്ഞു. എനിക്കു കരച്ചിൽ വന്നു, ഞാൻ പുറത്തേക്കു നോക്കി. എല്ലായിടത്തും ഇരുട്ടു പടർന്നിരുന്നു. ഞാൻ ഇരുട്ടിൽ ഒറ്റക്കായി. മരിച്ചുവെന്ന കാരണത്താൽ ഒരാളെക്കുറിച്ചുള്ള തോന്നലുകൾ ഇല്ലാതാകുമോ? ആത്മാവ് എന്നൊന്നുണ്ടോ? എങ്കിൽ അവയ്ക്ക് വികാരങ്ങൾ ഉണ്ടോ?

യുഗാന്തരങ്ങളായി മനുഷ്യൻ ഉത്തരം തേടുന്ന ചോദ്യങ്ങൾ. ഞാൻ അസ്വസ്ഥയായി. ഞാൻ ഞാനല്ലാതായി.

അകലെയെവിടെയോ ഒരു പൊട്ടിത്തെറിയുടെ ശബ്ദം. ചുടലപ്പറമ്പിലെന്നപോൽ ഉയരുന്ന തീനാളങ്ങൾ. കരിയുന്ന സ്വപ്നങ്ങൾ. 'അമ്മേ'-'ഈശ്വരാ'.- വായുവിൽ മാറ്റൊലി കൊള്ളുന്ന മനുഷ്യ ശബ്ദങ്ങൾ. ശബ്ദങ്ങൾക്ക് പല മുഖങ്ങൾ. അവയിൽ ഒന്നുമാത്രം ഞാൻ തിരിച്ചറിഞ്ഞു.

എന്റെ ചേതന മരിച്ചു. ഞാനെന്ന ഭാവത്തിന്റെ പുലകുളി കണ്ടു.

'നിന്റെ ഫോൺ നമ്പർ തരൂ, ഞാൻ പിന്നീടു വിളിക്കാം.' എന്റെ ശബ്ദം തളർന്നിരുന്നു.

നമ്പർ എഴുതിയെടുത്ത് ഫോൺ താഴെവെക്കുമ്പോൾ അവന്റെ മുറിഞ്ഞുപോയ ചോദ്യം. 'സുമീ, നിനക്കെന്തു പറ്റി?'

ഓർമ്മകൾ മുളപൊട്ടുന്നു. എനിക്ക് ഒറ്റക്കിരുന്ന് കുറച്ചുസമയം കരയണം. ചിതറിപ്പോയ മാപ്പിൽ അന്നുരാത്രിമുഴുവൻ ഞാനെന്റെ നാടിനെ തിരഞ്ഞു.

മാധ്യമം വാരാദ്യപ്പതിപ്പ്, 2010 സെപ്തംബർ

എഴുത്തിന്റെ വഴികൾ

ഇരുണ്ട ഹാൾവേയിലൂടെ നടന്ന് മുറിയിലെ ലൈറ്റ്സ്വിച്ച് പരതി ഓണാക്കി. ഇരുട്ടിനെ മുറിച്ച് പ്രകാശം പരന്നു. സാന്ത്വനമായ് തണുത്തകാറ്റ് വീശുമെന്ന് പ്രതീക്ഷിച്ചാവണം തുറന്നിട്ടിരുന്ന ജനാലക്കരികിലേക്ക് അവൾ നീങ്ങിനിന്നത്.

രാത്രി ഇരുട്ടിന്റെ ക്യാൻവാസിൽ പെയിന്റ് ചെയ്ത അവളുടെ ജീവിത ചിത്രങ്ങളിൽ ചിലത് മൈൽക്കുറ്റികളായി മുഴച്ചുനിന്നു. മധുരവും മാലിന്യവും വഹിച്ച ഓർമ്മകൾ കടലായി ഇരമ്പി, തിരയായി അടിച്ച്, അവളുടെ സമനില തെറ്റിച്ചു. കസേര വലിച്ചിട്ട് അവൾ കമ്പ്യൂട്ടറിന്റെ മുന്നിലിരുന്നു. മുന്നോട്ടുകൊണ്ടുപോകുവാൻ ശ്രമിച്ച ജീവിതം തിരിഞ്ഞുനിന്ന് മുഖത്തടിച്ചതിന്റെ വേദനയിൽ മുഖം പൊത്തിക്കരഞ്ഞു.

നരച്ച പകലിന് കാവലിരുന്ന് ഇലകൊഴിക്കുന്ന മരങ്ങൾ മനസ്സിൽ തെളിഞ്ഞുവരുന്നു. അതൊരു ഞായറാഴ്ച ഉച്ചതിരിഞ്ഞ നേരമായിരുന്നു. ഭർത്താവ് ന്യൂയോർക്ക്റ്റൈംസിലും അതുകഴിഞ്ഞ് ലാപ്റ്റോപ്പിലും മനസ്സും കണ്ണും മേയാൻ വിട്ട് സോഫയിൽ ചടഞ്ഞിരുന്നു. കുട്ടികൾ കൗമാരത്തിന്റെ ശുഷ്കാന്തിയോടെ അടുത്തുള്ള ഹെൽത്ത്ക്ലബ്ബിൽ. അവൾ പതിവുപോലെ വീട്ടിൽ എന്തോ തിരയുകയായിരുന്നു.

'ഒക്കെ വലിച്ചുവാരിയിടും, പിന്നെ നോക്കിനടന്ന് സമയം കളയും' ന്യൂസ്പേപ്പറിൽനിന്ന് കണ്ണുയർത്താതെ അയാൾ പറഞ്ഞു.

വീട്ടിലുള്ളവരുടെ പതിവുചോദ്യങ്ങളായിരുന്നു

അമ്മേ, എന്റെ ബുക്കെവിടെ? സോക്സ് എവിടെ?

ദീപേ, ഞാനിന്നലെ ഈ ടെലഫോണിന്റെയടുത്തു വെച്ചിരുന്ന പേപ്പർസ് എവിടെ? എടുത്തുമാറ്റരുതെന്ന് പലവട്ടം പറഞ്ഞതല്ലേ?

വീട്ടിൽ നിന്ന് പലതും അപ്രത്യക്ഷമാവുന്നു. പ്രത്യേകിച്ച്, കഴുകുവാൻ ഇടുന്ന ഇണസോക്സിൽ ഒന്ന് വാഷിങ്ങ്മെഷീനിൽനിന്ന് ഡ്രയറിലേക്കും അവിടെനിന്ന് മടക്കിവയ്ക്കുന്നതിനായി ബെഡ്ഡിലേക്കും വരുന്നതിനിടയിൽ

എവിടെയോപോയി ഒളിക്കുന്നു. വീടെന്ന ബ്ലാക്ക് ഹോൾ ആവാഹിച്ചെടുക്കുന്ന ഇത്തരം സാധനങ്ങൾ കണ്ടെടുക്കുന്നത് അവളുടെ മിക്കവാറും ദിവസങ്ങളുടെ ഒരു ഭാഗമായിരുന്നു.

വീട് വൃത്തിയാക്കുന്നതിനിടയിൽ പ്രധാനപ്പെട്ട ഒരു പേപ്പർ അമ്മ എടുത്തുകളഞ്ഞുവെന്ന് ഇളയമകൻ ആരോപിച്ചിരുന്നു. എവിടെയോ അപ്രത്യക്ഷമായ ആ പേപ്പർ അന്വേഷിച്ചാണ് ഉച്ചതിരിഞ്ഞസമയം അവൾ തണുപ്പുള്ള ഗരാജിൽ എത്തിയത്.

കാലിക്കുപ്പികൾ വെച്ചിരുന്ന ബാഗുകൾക്കരികിലൂടെ, പഴയ ടയറുകളുടെയും സ്വീഡിഷ്കാറിനുമിടയിലൂടെ, കളയുവാനുള്ള പേപ്പറുകളുടെ ബാഗ് ലക്ഷ്യമാക്കി അവൾ സൂക്ഷിച്ച് നടന്നപ്പോളാണ് തന്റെ പ്രിയപ്പെട്ട ചെടിച്ചട്ടി ഭർത്താവിന്റെ കാറിനടുത്ത് ഉടഞ്ഞ് കിടക്കുന്നതു കണ്ടത്. ഒന്നുകരയണമെന്ന സ്ത്രീസഹജമായ തോന്നലിനെ അമർത്തിവച്ചതിനാലാവാം ഗരാജിൽ തണുപ്പ് നിറഞ്ഞുനിന്നിട്ടും ചൂട് തോന്നിയത്.

ഇളം ബ്രൗൺനിറത്തിൽ ഈജിപ്ഷ്യൻ ഡിസൈനുകളുള്ള ചെടിച്ചട്ടിയിൽ അവളുടെ ഓർമ്മകൾ ചുറ്റിവരിഞ്ഞിരുന്നു. ഒരു ചെടിക്കും സ്വന്തമാക്കാനനുവദിക്കാത്ത ഒരുതരം സ്വാർത്ഥമനോഭാവമായിരുന്നു ആ ചെടിച്ചട്ടിയുടെ കാര്യത്തിൽ അവളുടേത്. വേരുകൾ ആഴത്തിൽ ഇറങ്ങി ചട്ടിയോട് പറ്റിച്ചേരുവാനനുവദിക്കാതെ ആഫ്രിക്കൻ വയലറ്റും ബെഗോണിയ ചെടികളും മാറി മാറി അതിന്റേതായ ചട്ടികളിൽ ഭംഗിക്കെന്നപോലെ ആ ഈജിപ്ഷ്യൻ ചട്ടിയിൽ അവൾ ഇറക്കിവെച്ചു.

ഓർമ്മകൾ പടർന്നുപിടിച്ചപ്പോൾ ചെറിയൊരു തേങ്ങൽ പുറത്തേക്കുവന്നു. വിന്ററിൽ വീടിനുള്ളിലേക്ക് കൊണ്ടുവരുംമുമ്പായി ചെടികൾ ഗരാജിൽ വെച്ചിരുന്നു. ചെടികളെല്ലാം മുറിക്കുള്ളിൽ കൊണ്ടുവന്നിട്ടും ഈ ചെടിച്ചട്ടിമാത്രം മറന്നിട്ട സ്വന്തം ഓർമ്മക്കുറവിനെ അവൾ കുറ്റപ്പെടുത്തി. കാണേണ്ട കാര്യങ്ങൾ കാണാതിരിക്കുകയും ആവശ്യമില്ലാത്ത കാര്യങ്ങൾ കാണുകയും ചെയ്യുന്ന ഭർത്താവിന്റെ സ്വഭാവത്തെക്കുറിച്ചോർത്തപ്പോൾ കരച്ചിലേറി.

ഗരാജിന്റെ കതകടച്ച് മുറിയിലേക്ക് ഓടിക്കയറുകയായിരുന്നു. കതകുകൾ ആഞ്ഞടഞ്ഞ ശബ്ദം കേട്ടിട്ടാവണം കമ്പ്യൂട്ടർ സ്ക്രീനിൽ ഒട്ടിയിരുന്ന കണ്ണുകളുയർത്തി അയാൾ നോക്കിയത്.

'വിന്റർ ആയിവരുന്നതല്ലേയുള്ളു, ചില ചെടിക്കടകൾ ഇപ്പോഴും തുറന്നിരിക്കുന്നു.'

വിവരം അറിഞ്ഞപ്പോൾ തീരെ നിസ്സാരമായ മട്ടിലായിരുന്നു അയാളുടെ പ്രതികരണം, അവൾ അയാളെ പ്രതിക്കൂട്ടിൽ നിർത്തിയെങ്കിലും.

'വേറൊരു ചെടിച്ചട്ടി വാങ്ങിക്കൂടെ?'

കമ്പ്യൂട്ടർ സ്ക്രീനിലേക്ക് തിരികെ നോക്കിക്കൊണ്ട് അയാൾ ചോദിച്ചു.

ആ ചോദ്യം കേട്ടപ്പോൾ അവളുടെ സങ്കടം ഇരട്ടിക്കുകയും അയാളെ ജീവപര്യന്തം തടവിന് വിധിക്കുവാനുള്ള ദേഷ്യം തോന്നുകയും ചെയ്തു.

പ്രശ്നങ്ങൾക്കുപരിഹാരം കണ്ടെത്തുകയെന്ന പുരുഷസഹജമായ സ്വഭാവം കാട്ടിയിട്ട് വിരലുകളെ കീബോർഡിലേക്ക് രമിപ്പിക്കുവാൻ വിട്ട് തന്റേതുമാത്രമായൊരു ലോകത്തിലേക്ക് അയാൾ വലിഞ്ഞു.

വർഷങ്ങൾക്കുമുമ്പ് അമേരിക്കയിലേക്കുള്ള പറിച്ചുമാറ്റത്തിൽ ജീവിതം ഒറ്റപ്പെട്ടുപോയ ദിവസങ്ങൾ അവളോർത്തു. കുട്ടികളെയും പട്ടികളെയും അനുവദിക്കാതിരുന്ന അപ്പാർട്ടുമെന്റിലെ ഏകാന്തവും വിരസവുമായിരുന്ന ആദ്യകാലങ്ങളിൽ അടുത്തുള്ള അപ്പാർട്ട്മെന്റിലെ ചില പ്രായമുള്ള സ്ത്രീകൾ അവളുടെ പരിചയക്കാരായി. അമേരിക്കൻ മണ്ണിൽ ഓടിയ വേരുകൾ ഇവിടെ അഴുകുവാൻ അനുവദിക്കാതെ, അസ്ഥികൾ ഈ മണ്ണിൽ ദ്രവിക്കുവാൻ വിസമ്മതിച്ച് അവരിലൊരാൾ, വിക്ടോറിയ, കുറെക്കാലം കഴിഞ്ഞ് ഇംഗ്ലണ്ടിലേക്ക് തിരികെപ്പോയി. അവരാണ് ഈജിപ്ഷ്യൻ ഡിസൈനുള്ള ചെടിച്ചട്ടി അവൾക്ക് നൽകിയത്.

'ദീപേ, നീ ഓവർ റിയാക്റ്റ് ചെയ്യുന്നു.'

ശാസിക്കുംമട്ടിൽ, ഒറ്റപ്പെടുന്നുവെന്ന അവളുടെ തോന്നലിന് ആഴംകൂട്ടി, അയാൾ പറഞ്ഞു. അവളുടെ വികാരങ്ങൾ അയാൾ പലപ്പോഴും മനസ്സിലാക്കാതെ പോവുന്നു.

നനുത്തൊരു വാക്ക്, സ്നേഹത്തോടെയുള്ളൊരു തലോടൽ, ഇണയെ മനസ്സിലാക്കിയുള്ള പെരുമാറ്റം, ഇത്രയൊക്കെയെ സങ്കീർണ്ണമായ അവരുടെ ജീവിതത്തിൽ അവൾ പ്രതീക്ഷിച്ചിരുന്നുള്ളു. ശിലായുഗത്തിലെ വേട്ടക്കാരനെപ്പോലെ ആഹാരം തേടിപ്പിടിച്ചെടുക്കുന്ന രക്ഷിതാവായിരുന്നു അയാൾ. ഈയിടെ വായിച്ചൊരു പുസ്തകത്തിലൂടെയാണവൾ അറിഞ്ഞത്, ശിലായുഗത്തിലെന്നപോലെ പുരുഷനിപ്പോഴും, അവനറിയാതെതന്നെ കിടപ്പുമുറിയുടെ വാതിലിനോട് ചേർന്നുള്ള വശം കിടക്കയിൽ തിരഞ്ഞെടുക്കുന്നു. ഗുഹാമുഖത്തുറങ്ങുമ്പോലെ കാവൽക്കാരനായി, രക്ഷിതാവായി കിടന്നുറങ്ങുന്നു.

കുട്ടികൾ ഹെൽത്ത് ക്ലബ്ബിൽനിന്നും വ്യായാമം കഴിഞ്ഞ് തിരികെയെത്തി ഭക്ഷണം അന്വേഷിച്ചു. ആൺകുട്ടികളെ കാണുമ്പോൾ പൂച്ചകളെയാണ് അവൾക്ക് ഓർമ്മവരിക. ആരെയും ഗൗനിക്കാതെ, ആരോടും പ്രത്യേകിച്ചൊരടുപ്പമില്ലാതെ, സാകൂതം നടന്ന് വല്ലപ്പോഴുമൊക്കെ മുട്ടിയുരുമ്മിനിന്ന് സ്നേഹം കാണിക്കുന്നു.

'എന്താ ഇന്നു ഡിന്നറിന്? പച്ചക്കറികളൊക്കെ റെഫ്രിജിറേറ്ററിൽ ഇരുന്നു ചീത്തയാവുന്നു'

അയാൾ അവൾക്കുനേരെ വാക്കുകൾ എറിഞ്ഞു.

അഗാധമായൊരു കുഴൽക്കിണർ പോലെയാണ് അവളുടെ റെഫ്രിജി

റേറ്റർ. എത്ര ശ്രമിച്ചാലും അടിത്തട്ടുകാണുവാൻ സാധിക്കുന്നില്ല. ചീഞ്ഞളിഞ്ഞൊരു തക്കാളിയോ, വേരുകൾ മുളച്ചുതുടങ്ങിയ ഉരുളക്കിഴങ്ങോ, സവോളയോ ഫ്രിഡ്ജിൽ കാണാതിരിക്കില്ല.

അവളൊഴികെയെല്ലാവരും ഇപ്പോൾ സോഫയിൽ വിശ്രമം. അവരുടെ കണ്ണുകൾ ടീവിയിലെ ഗെയിമിൽ, പന്തിന്റെ പിന്നാലെ. ഒരറ്റത്തുനിന്ന് മറ്റൊരറ്റത്തേക്ക്, ഇടക്കിടെ ആക്രോശിച്ച്, അട്ടഹസിച്ച്.

എനിക്ക് തുണയായി ഒരു മകളുണ്ടായിരുന്നുവെങ്കിൽ...

ക്യാരറ്റും ബീൻസും ഗുണനപ്പട്ടികപോലെ പെരുപ്പിച്ച് നുറുക്കുമ്പോൾ അവൾ വെറുതെ ആശിച്ചു.

ചെറുപ്പത്തിൽ നാടുവിട്ടതിനുശേഷം വളരെക്കാലങ്ങൾ കഴിഞ്ഞാണ് അയാൾ വിവാഹം കഴിക്കുന്നതിനായി നാട്ടിലെത്തിയത്. അന്നയാൾക്ക് നന്നെ ചെറുപ്പമായിരുന്നു.

വരുതിയിൽ നിൽക്കുന്ന പെണ്ണുവേണം. അമ്മയുടെ വിധേയത്വം, വിനയം, നളചാതുര്യം എല്ലാം ഉള്ളവളായിരിക്കണം. അമേരിക്കൻ ബാങ്കുകളിൽ നിന്ന് *മോർട്ഗേജ് കടമെടുക്കാൻ സഹായിക്കുന്ന വിധത്തിൽ ഒരുനാൾ ശമ്പളമുണ്ടാക്കുന്നവളാവണം.

സ്വപ്നം കണ്ടിരുന്ന സ്വർഗ്ഗഭൂമിയിൽനിന്ന് പൊന്നിൻചങ്ങല ഇറങ്ങിവന്നപ്പോൾ അതിൽപ്പിടിച്ചുകയറുവാൻ അവളും തിടുക്കം കാട്ടി.

വാത്സല്യവും ഊഷ്മളത നിറഞ്ഞ സ്നേഹവും അന്യമായപ്പോൾ ടീവിയിൽ പരസ്യചിത്രങ്ങൾ കാണുമ്പോഴെന്നപോലെ അവൾ കബളിക്കപ്പെട്ടു.

എല്ലാവർക്കും തിരക്ക്. അവൾ മാത്രം തിരക്കില്ലാത്തവളായി ഒരുമുറിയിൽനിന്ന് അടുത്ത മുറിയിലേക്ക്. നാലുമുറികൾക്കുള്ളിൽ ഒതുങ്ങിയ ജീവിതം. ജോലി കിട്ടിക്കഴിഞ്ഞിട്ടും ഏകാന്തത അവളെ വിട്ടുമാറിയിരുന്നില്ല. വീട്ടിൽനിന്ന് ഓഫീസിലേക്ക്, അവിടെനിന്ന് ചിലപ്പോൾ കടയിലേക്ക്, വീണ്ടും വീട്ടിലേക്ക്.

അയാൾ ഓഫീസുവിട്ടുവന്നാൽ, ടെന്നിസ്കോർട്ടിലേക്കോ, ബാസ്ക്കറ്റ്ബോൾ കോർട്ടിലേക്കോ പോവുംമുമ്പായി പലപ്പോഴും പറഞ്ഞു:

'നിനക്ക് എന്തെങ്കിലുമൊക്കെ തനിയെ ചെയ്തുകൂടെ? കണ്ണേ, കരളേ എന്നുവിളിച്ച് കൂട്ടിരിക്കാൻ എന്നെക്കിട്ടില്ല.'

അകാലത്തിൽ തടങ്കലിലായ യുവത്വത്തിന്റെ പ്രതിഷേധം.

വിവാഹത്തോടെ അവൾക്ക് അച്ഛൻ നഷ്ടപ്പെട്ടിരുന്നു. വിവാഹത്തിന്റെ സ്ട്രെസ്സ് ആയിരുന്നത്രെ അച്ഛന്റെ ഹാർട്ട് അറ്റാക്കിന് കാരണം.

....

*മോർട്ഗേജ്: വീടുവാങ്ങുന്നതിനായി ബാങ്കിൽ നിന്നെടുക്കുന്ന വായ്പ.

നീലക്കടലാസ്സിൽ പുരണ്ടുവരുന്ന അമ്മയുടെ സ്നേഹത്തിന് മറുപടിയെഴുതുമ്പോൾ പലപ്പോഴും സ്വയം പറഞ്ഞു.

അമ്മയെ കൂടുതൽ വിഷമിപ്പിക്കരുത്. പരാതികളൊന്നും എഴുതിക്കൂട. എങ്കിലും മടുത്തപ്പോൾ ഒരിക്കൽ അമ്മയ്ക്ക് പരാതിയെഴുതി.

'ഒറ്റത്തടിയായി വളർന്നതല്ലേ അവൻ. ഒക്കെ നേരെയാവും, നീ പ്രാർഥിക്ക്' അവൾ മനസ്സുതുറന്ന് പ്രാർഥിച്ചിട്ടും ദൈവങ്ങൾ ചന്ദനത്തിരിയുടെ പുകയിൽ ശ്വാസംമുട്ടി തടിയിലും ചില്ലിനും ഉള്ളിൽ തണുത്ത് മടിപിടിച്ചിരുന്നു.

വിക്ടോറിയയെ പരിചയപ്പെടുമ്പോൾ അമേരിക്കയിൽ വന്നിട്ട് അധികനാളുകളായിരുന്നില്ല. ഭർത്താവ് ടെന്നിസ് കളിക്കുവാൻ പോയിരുന്നൊരു ദിവസം വീട്ടിലിരുന്ന് ബോറടിച്ചപ്പോൾ നടക്കുവാനിറങ്ങിയതായിരുന്നു. അന്ന് വിക്ടോറിയ അവൾക്കായി നീട്ടിയ പുഞ്ചിരിവള്ളിയിൽ അവൾ കയറിപ്പിടിച്ചു. രണ്ടാൾക്കും ഇഴുകിച്ചേരുവാനാവാഞ്ഞ സംസ്കാരം അവർക്കിടയിലൊരു പാലമിട്ടു. കുട്ടികളില്ലാത്ത വിധവയായ അവരോട്, അമ്മയോട് തോന്നുമ്പോലൊരു സ്നേഹമായിരുന്നവൾക്ക്. അവരെ ആന്റിയെന്നോ, അമ്മയെന്നോ, ചേച്ചിയെന്നോ വിളിക്കണമെന്ന് തോന്നി.

കാറ്റടിച്ച് തീപ്പൊരിയിൽ വീണ് ആളിക്കത്തുന്ന കരിയിലകൾ പോലെയാണ് സുഹൃത്ബന്ധങ്ങൾ. കാറ്റ് എപ്പോൾ ഏതുദിശയിൽ വീശുമെന്ന് അറിയില്ല. ആളിക്കത്തി ഊർജം തീർന്ന് ചാരമായിത്തീർന്നാലും, തൂവലിന്റെ മൃദുലതയോടെ മഞ്ഞിന്റെ കുളിർമ്മയോടെ നെഞ്ചിലേറ്റി, ജീവിതകാലം മുഴുവൻ കൊണ്ടുനടക്കാനാവണം. മരിക്കുമ്പോൾ നമ്മോടൊപ്പം ചാരമായി, ഭൂമിയുടെ അഴുക്കായി മണ്ണിലലിയണം.

'ഇതെന്റെ ഈജിപ്ഷ്യൻ സുഹൃത്ത് തന്ന ചെടിയാണ്. ഇന്നുമുതൽ നിന്റേതാണ്. നീയും ഒരുകാലത്ത് ഈ ചെടി നിന്റെ കൂട്ടുകാരിക്കോ മക്കൾക്കോ നൽകണം.'

ഇംഗ്ളണ്ടിലേക്ക് മടങ്ങിപ്പോവുംമുമ്പ് പൂത്തുനിന്നൊരു ചെടിനൽകി അവർ പറഞ്ഞു. ഇളംബ്രൌൺ നിറത്തിലുള്ള ചെടിച്ചട്ടിയിൽ നിറയെ ഈജിപ്ഷ്യൻ ഡിസൈനുകളുണ്ടായിരുന്നു. വിരഹദുഃഖം കൊണ്ടെന്നപോലെ, പരിലാളന ലഭിച്ചിട്ടും, അവളെയേറെ ദുഃഖിപ്പിച്ചുകൊണ്ട് ആ ബെഗോണിയച്ചെടി പിന്നീട് ഉണങ്ങിപ്പോയി. ചെടിച്ചട്ടി അവരുടെ ഓർമ്മക്കായി സൂക്ഷിച്ചുവെച്ചു.

'ഇംഗ്ളണ്ടിൽ സഹോദരിയുടെ കുട്ടികളുണ്ട്. അവർ എനിക്കൊരു തുണയാവും' അവർക്ക് തിരികെപ്പോവുമ്പോൾ വളരെ പ്രത്യാശയായിരുന്നു.

തുടർന്നുള്ള കുറെ വർഷങ്ങൾ എഴുത്തുകളിലൂടെ, ഫോണിലൂടെ അവർ അന്യോന്യം വിവരങ്ങൾ കൈമാറി. തനിയെയുള്ള ജീവിതം അസാധ്യമായപ്പോൾ നേഴ്സിങ്ങ്ഹോമിലേക്ക് അവർ താമസം മാറ്റി. പിന്നീട് അ

വളുടെ കുട്ടികൾ വളരുമ്പോൾ, കുടുംബ പ്രാരാബ്ധങ്ങൾക്കിടയിൽ, ആ ബന്ധം ഇല്ലാതെയായി.

അവർ ഇപ്പോഴും ജീവിച്ചിരിക്കുന്നുവോ? മരിക്കുമ്പോൾ വിവരം അറിയിക്കുവാൻ ആത്മാവ് പ്രിയമുള്ളവരെ തേടി എത്തുമോ? അവർ നൽകിയ ചെടിച്ചട്ടി ഇപ്പോൾ ഏന്തോ പറയുവാൻ ശ്രമിക്കുമ്പോലെ? അവൾ കൂടുതൽ അസ്വസ്ഥയായി.

സമയത്തിലുള്ള വ്യത്യാസം കണക്കാക്കാതെ പഴയ നമ്പർ കണ്ടെടുത്ത് ഇംഗ്ളണ്ടിലെ നേഴ്സിങ്ങ്ഹോമിലേക്ക് വിളിക്കുമ്പോൾ ആശ്വസിച്ചു.

നേഴ്സിങ്ങ്ഹോമിൽ ആർക്കെങ്കിലും തന്നെ സഹായിക്കുവാൻ സാധിക്കും. 'സോറി, മേം അവരുടെ നെഫ്യൂ സ്ഥലം മാറിപ്പോയപ്പോൾ അവരെ പുതിയ സ്ഥലത്തുള്ളൊരു നേഴ്സിങ്ങ്ഹോമിലേക്ക് മാറ്റി. കൂടുതൽ സഹായിക്കുവാൻ സാധിക്കാത്തതിൽ ദുഃഖിക്കുന്നു. നിങ്ങൾ അവരുടെ ആരാണ്?'

വൃദ്ധരായ അന്തേവാസികൾക്ക് രാത്രിയിൽ കാവലിരുന്ന ഓഫീസ് സ്റ്റാഫിലൊരാൾ സഹായിക്കുവാൻ സാധിക്കാത്തതിൽ ദുഃഖം പ്രകടിപ്പിച്ച് ചോദിച്ചു.

ഒരിക്കൽ അവൾ അമ്മയെപ്പോലെ കരുതിയിരുന്നവർ. പിൽക്കാലത്ത് അവരുടെ സ്നേഹത്തെ അവഗണിച്ചവൾ. വർഷങ്ങൾ നീണ്ടുനിന്ന സ്നേഹബന്ധം എത്ര എളുപ്പത്തിലാണ് താൻ ഇല്ലാതാക്കിയത്. ദാഹിക്കുന്ന മനസ്സിലും ചിലപ്പോൾ എത്ര നിഷ്ക്കരുണമായാണ് ബന്ധങ്ങൾ ഹോമിക്കപ്പെടുന്നത്.

നൊമ്പരങ്ങൾ മനസ്സിൽ അട്ടിയട്ടിയായി വന്നുനിറയുന്നു.

കുട്ടികളുടെ മുറിയിലെത്തിയപ്പോൾ അവർ പിറ്റേദിവസം സ്കൂളിൽ കൊണ്ടുപോകേണ്ട ബുക്കുകൾ തയ്യാറാക്കുന്ന തിരക്കിലായിരുന്നു. മനസ്സിനെ മഥിക്കുന്ന കാര്യങ്ങൾ കുട്ടികളോട് പറയണമെന്ന് വിചാരിച്ചാണ്അവരുടെ മുറിയിലെത്തിയതെങ്കിലും കൗമാരപ്രായത്തിൽനിൽക്കുന്ന അവർക്ക് അത്തരം വികാരങ്ങൾ മനസ്സിലാവില്ലെന്ന് തോന്നി.

അമ്മ ആവശ്യമില്ലാതെ 'സെന്റി'യാവുന്നു- അതാവും അവരുടെ മറുപടി. പകരമൊരു കടലാസിനോട് സംസാരിക്കുന്നതാവും ഭേദം. മകന്റെ നോട്ടുബുക്ക് കണ്ടപ്പോൾ അതിൽനിന്ന് ഒരു കടലാസ് കീറിയെടുത്ത് നൊമ്പരങ്ങൾ അതിലേക്ക് പകർത്തണമെന്ന് തോന്നി. വാക്കുകൾ മനസ്സിന്റെ ഭാരം കുറച്ചുകൊണ്ട് കടലാസ്സിലാകെ പടർന്നുകിടന്നു.

വേദനിക്കുന്ന മനസ്സ് ഈശ്വരനിലേക്കുള്ള ചൂണ്ടുപലകയാണ്. എഴുത്ത് ആത്മാവിന്റെ രോദനമാണ്.

പിന്നീടുള്ള ദിവസങ്ങളിൽ അവൾക്ക് കൂടുതൽ വായിക്കണമെന്ന് തോന്നി. തുടർന്നുള്ള ചില രാത്രികളിൽ ഷെൽഫിൽനിന്ന് പൊടിതട്ടിയിറ

ങ്ങിവന്ന പുസ്തകങ്ങൾ അവൾക്ക് കൂട്ടിരുന്നു. വളരെക്കാലങ്ങൾക്കുശേഷം അക്ഷരങ്ങളുടെ ലോകത്തിലൂടെ അവൾ നടന്നു. വാക്കുകൾ വിരഹിയുടെ വികാരവായ്പോടെ അവളെ പുണർന്ന്, കൗമാരത്തിൽ കഥകളെഴുതിയ ദിവസങ്ങളെയോർപ്പിച്ചു. മാവിൻ ചുവട്ടിലും കശുമാവിൻകൊമ്പത്തുമിരുന്ന്,കാറ്റിന് കഥ പറഞ്ഞുകൊടുത്തതോർപ്പിച്ചു. കായൽക്കാറ്റിന്റെ മുരൾച്ചയില്ലാതെ, വയലിൽനിന്നുയരുന്ന പാട്ടിന്റെ താളമില്ലാതെ, അവൾ വീണ്ടും കഥകളെഴുതി.

എഴുത്തിന്റെ വഴികൾ എപ്പോഴാണ് തുറക്കുന്നതെന്നറിയില്ല, എവിടെയെത്തിക്കുമെന്നുമറിയില്ല. ഓടിക്കിതക്കാതെ, ഒച്ചയിടാതെ, പാത്തും പതുങ്ങിയും പോവുന്നവന്റെ മുമ്പിൽ ചിലപ്പോൾ നിയതി പോലെ നീണ്ടുനിവർന്നു കിടക്കും. ഒരു അഭിസാരികയെപ്പോലെ അവനെ രമിപ്പിക്കുവാൻ, അനുഭൂതിയുടെ മറ്റൊരു ലോകത്തിലേക്ക് അവനെ ഉയർത്തുവാൻ.

എഴുതിയ കഥകളിൽ ഒന്ന് ഒരു ഓൺലൈൻ മാസികക്ക് അയച്ചുകൊടുത്തതും അവർ പ്രസിദ്ധീകരിച്ചതും അവളെത്തന്നെ അത്ഭുതപ്പെടുത്തിക്കൊണ്ടായിരുന്നു.

വായനക്കാരുടെ പ്രതികരണങ്ങൾ അവളുടെ ഈമെയിൽ ഐഡിയിൽ വന്നപ്പോൾ, അതിനു മറുപടിയെഴുതുമ്പോൾ അമേരിക്കൻ ചുവയോടെ മലയാളം സംസാരിക്കുന്ന ഭർത്താവിന് അതൊന്നും ഉൾക്കൊള്ളാനായില്ല. ചീനഭരണിയിലെന്നപോൽ മൂടിക്കെട്ടിയിരിക്കുന്ന നല്ലവാക്കുകൾ അയാൾ പുറത്തെടുക്കുമെന്ന് അവൾ ആശിച്ചു.

'എന്തിനാ ഇതൊക്കെ എഴുതിക്കൂട്ടുന്നത്? കുട്ടികൾക്ക് കാലത്തും നേരത്തും വല്ലതും ഉണ്ടാക്കികൊടുക്കുവാൻ നോക്ക്.'

ഒരു പൂവിന്റെ പേരുള്ള ഈമെയിൽ ഐഡിയിൽനിന്ന് അവൾക്കൊരു പ്രതികരണം കിട്ടി.

'നിങ്ങളുടെ കഥ എനിക്ക് വളരെ ഇഷ്ടപ്പെട്ടു. അത് എന്റെയും കഥയാണ്. മറുപടിയെഴുതുമല്ലോ'

അവൾ ആ ഈമെയിലിനും മറുപടിയെഴുതി, മറുത്തൊന്നും ചിന്തിക്കാതെ. അപ്പോഴെല്ലാം അവളുടെ ഭർത്താവും കുട്ടികളും അവരുടേതായ കാര്യങ്ങളിൽ മുഴുകിനടന്നു.

'വിശക്കുന്നു' കുട്ടികൾ ഇടക്കിടെ പറഞ്ഞു.

'ദീപേ, ഫ്രിഡ്ജിൽ ഇരിക്കുന്ന പച്ചക്കറികൾ ചീത്തയാവുന്നു' ഭർത്താവ് ഇടക്കിടെ ഓർപ്പിച്ചു.

ഈയിടെയായി അവളുടെ ഫ്രിഡ്ജിന്റെ തട്ടുകളുടെ ആഴം കൂടുകയായിരുന്നു, അവൾക്കൊന്നും കാണുവാനാവാത്ത വിധം. അയാൾ ഫ്രിഡ്ജിനുള്ളിലെ ലൈറ്റ്ബൾബ് മാറ്റിയിട്ടു.

അവളുടെ വീട് സന്തോഷമുളവാക്കുന്നതൊന്നിനെയും അകത്തേക്ക് ക

ടത്തിവിടാത്ത കറുത്ത ഗോളമാണന്നു വിശ്വസിച്ചിരുന്നു. അവൾ എഴുതിക്കൂട്ടിയ അക്ഷരങ്ങൾക്കും അവ പണിതെടുത്ത പ്രപഞ്ചത്തിനും അവൾക്കിഷ്ടമുള്ള വെളുത്ത നിറമായിരുന്നു.

പൂവിന്റെ ഈമെയിൽ ഐഡിയിൽ നിന്ന് പലവട്ടം ഈമെയിലുകൾ വന്നു, അവൾ മറുപടിയെഴുതി. അയാൾ കുത്തിക്കുറിച്ച കവിതകളും കഥകളും അവൾക്കയച്ചു. സമാനതലത്തിൽ ചിന്തിച്ചിരുന്ന വ്യക്തികളായിരുന്നു അവർ ഇരുവരും.

ഞാൻ ആരാണെന്ന് നിങ്ങൾക്കറിയേണ്ടെ? എനിക്ക് നിങ്ങളെക്കുറിച്ച് കൂടുതൽ വിവരങ്ങൾ അറിയുവാൻ ആഗ്രഹമുണ്ട്. എന്റെ ചിന്തകളിൽ നിങ്ങൾ കൂടെക്കൂടെ വരുന്നതുകൊണ്ടാവാം ഉഷ്ണക്കാറ്റു പോലും കുളിർമ്മ നൽകി എന്നെ പൊതിയുന്നു. രാത്രികളുടെ നീളം കുറച്ച്, നേരത്തെ എഴുന്നേറ്റ് ഈമെയിൽനോക്കുന്നു. നിരാശനാകുമ്പോൾ ഇന്നിന്റെ ബാക്കിയല്ലാത്ത പുതിയൊരു പകലിനുവേണ്ടി കാത്തിരിക്കുന്നു

-നിങ്ങൾ എനിക്കെന്നും ഒരു സുഹൃത്ത്. നിങ്ങൾക്കൊരു മുഖമാവശ്യമില്ല, പേരും വേണമെന്നില്ല. അത്യാവശ്യമെങ്കിൽ നിങ്ങളുടെ ഈമെയിൽ ഐഡിയിലെ പൂവിന്റെ പേരുവിളിക്കാം.-

അയാളുടെ ഈമെയിൽ ഐഡിക്ക് വെള്ളനിറമുള്ള പൂവിന്റെ പേരായിരുന്നു. അവളുടെ പുതിയ ലോകത്തിലാകെ വിരിഞ്ഞ വെളുത്തപൂക്കളെ അവളും ഇഷ്ടപ്പെട്ടുതുടങ്ങിയിരുന്നു.

അവൾ സ്നേഹത്തിന്റെ വഴിയിലേക്ക് തിരിച്ചുനടന്നു. വഴിയിൽ കണ്ട അപരിചിതരിൽ അയാളുടെ മുഖം തിരിച്ചറിയുവാൻ ശ്രമിച്ചു. ആത്മാവിന്റെ ആഴങ്ങളിൽ സ്നേഹം അടിയൊഴുക്കായി.

അവൾക്കൊരു പട്ടിക്കുട്ടിയെ വേണമെന്ന് തോന്നി. അവളുടെ പിന്നാലെ വാലാട്ടിനടക്കുന്ന, ചൂടുപിടിച്ച് കാൽക്കീഴിൽ വന്നിരിക്കുന്ന, ഒരു പട്ടിക്കുഞ്ഞ്. അവളത് ഭർത്താവിനോട് പറയുകയും ചെയ്തു.

അവളെന്തോ ഭ്രാന്തുപറയുമ്പോലെ ഭർത്താവ് മിഴിച്ചുനോക്കി. കാരണം മനുഷ്യനല്ലാതെ ചലിക്കുന്നതൊന്നും ഒപ്പം താമസിക്കുന്നത് മുമ്പെങ്ങും അവൾക്ക് ഇഷ്ടമല്ലായിരുന്നു.

അവരുടെ ഈമെയിലുകളിൽ നേരിയ വെളിപ്പെടുത്തലുകൾ. ഹൃദയത്തിന്റെ ഭാഷയിൽ സംസാരിച്ചപ്പോഴൊക്കെ അവൾ കുറ്റബോധത്തിന് കുമ്പസാരക്കൂട് പണിതു.

അവളുടെ പ്രപഞ്ചത്തിൽ സ്നേഹം സ്പന്ദിക്കുന്നൊരു വികാരമായി പ്രസരിച്ചു. അവൾ അവളെത്തന്നെ സ്നേഹിച്ചുതുടങ്ങിയിരുന്നു. മക്കളെ അടുത്തുപിടിച്ചുനിർത്തി അരുമയോടെ ചുംബിച്ചു. ആ പ്രായത്തിലുള്ള ഏതൊരു ആൺകുട്ടിയും ചെയ്യുമ്പോലെ അവർ കുതറി മാറുവാൻ ശ്രമിച്ചുവെങ്കിലും അവൾ അവരെ ചേർത്തുനിർത്തി. ന്യൂയോർക്ക്റ്റൈംസ് വായി

ച്ചുകൊണ്ടിരുന്ന ഭർത്താവിന്റെ കഴുത്തിലൂടെ കൈയ്യിട്ട് സ്നേഹപൂർവം അയാളുടെ മുടിയിൽ തലോടി, അത് അയാളെ അലോസരപ്പെടുത്തിയെങ്കിലും.

'കുട്ടാ, നമുക്കിന്നൊരു സിനിമക്ക് പോവാം, നിങ്ങൾ സ്കൂൾവിട്ടുവരുമ്പോൾ. ലേണേർസ് പെർമിറ്റ് കിട്ടിയല്ലൊ, നീ വണ്ടിയോടിച്ചോളൂ.'

കൗമാരമെത്തിയാൽപ്പിന്നെ അച്ഛനമ്മമാരോടൊപ്പം പൊതുസ്ഥലങ്ങളിൽ കാണപ്പെടുവാൻ ഇഷ്ടപ്പെടാറില്ലെന്ന സത്യമറിയാതവൾ ചോദിച്ചു.

അമ്മക്ക് ഒന്നുമറിയില്ലേ- എന്ന മട്ടിൽ ഒരു പരന്ന ചിരി നൽകി അവൻ മുറിയിലേക്ക് വലിഞ്ഞു.

ഇന്ന്, ഉച്ചതിരിഞ്ഞപ്പോൾ, അലസമായൊരു വാരാന്ത്യം ആശിച്ച് പകൽ പാതികഴിഞ്ഞ വെള്ളിയാഴ്ച്ചയുടെ വാതിൽപ്പടിയിൽ ചവുട്ടിനിൽക്കുകയായിരുന്നു. അവൾ ഓഫീസിൽനിന്നും നേരത്തെ എത്തി. പതിനാറു വയസുകഴിഞ്ഞാൽ സ്കൂൾബസ്സിൽ യാത്രചെയ്യുന്നത് 'കൂൾ' അല്ലെന്ന് ചിന്തിക്കുന്ന മക്കൾ അപ്പോൾ വീട്ടിലുണ്ടായിരുന്നു.

'അമ്മേ, ഞാൻ അമ്മേടെ കാറെടുക്കുന്നു. ഇപ്പോ തിരികെ വരാം.' ഡ്രൈവിങ്ങ് ലൈസൻസ് കിട്ടിയ മൂത്ത മകൻ ഉച്ചത്തിൽ വിളിച്ചുപറഞ്ഞു.

നിരസിച്ചാൽ ഭൗതികസാധനങ്ങളുടെ കൊടുക്കവാങ്ങലുകളിൽ സ്നേഹമളക്കുന്ന മകൻ പറയും.

അമ്മക്ക് എന്നോട് സ്നേഹമില്ല, എന്നിൽ വിശ്വാസമില്ല.

മറുപടി കേൾക്കാത്ത താമസം അവൻ വാതിലടച്ചു.

അവൾ കമ്പ്യൂട്ടറിൽ പുറംലോകത്തേക്കുള്ള വാതിൽ തുറന്നിട്ടു.

എനിക്ക് നിങ്ങളോട് പ്രത്യേക ഒരിഷ്ടം തോന്നുന്നു. അരുതെന്ന് പലവട്ടം വിലക്കിയിട്ടും മനസ്സിലേക്ക് ഇരച്ചുകയറുന്ന വല്ലാത്തൊരിഷ്ടം. വിരോധമില്ലെങ്കിൽ ഫോൺ നമ്പർ തരൂ, നിങ്ങളോട് സംസാരിക്കണമെന്ന് തോന്നുന്നു.

വെളുത്തപൂവിന്റെ ഐഡിയിൽ നിന്നുള്ള ഈമെയിൽ.

അടുക്കളവാതിലിലൂടെ ഇഴഞ്ഞ് അകത്തേക്കുവന്ന അരുതാത്തൊരു ഇഷ്ടം അവൾക്കും തോന്നിയിരുന്നു. ആ ഇഷ്ടം പച്ചക്കറികൾക്കിടയിൽ പച്ചയായി കിടന്നിരുന്നു. കറിക്കത്തികൊണ്ട് നുറുക്കിമാറ്റാതെ, ചപ്പുകൂനയിലേക്ക് എറിഞ്ഞുകളയാതെ സൂക്ഷിച്ചിരുന്നു.

ശരികളുടെ കൂമ്പാരത്തിനുവെളിയിൽ അമർന്നിരുന്ന അരുതാത്തൊരു ഇഷ്ടത്തെ പുറത്തെടുത്ത് അപരാധബോധത്തിലൊഴുക്കിക്കളയാതെ അവൾ എഴുതി 'എനിക്ക് നിങ്ങളെയും ഇഷ്ടമാണ്. എത്ര തടുത്തുവെച്ചിട്ടും എന്റെ ചിന്തകളിൽ നിങ്ങളുടെ അവ്യക്തമുഖം വന്നുചേരുന്നു.'

ഫോൺ അടിച്ചപ്പോഴും സുഖമുള്ളൊരു അനുഭൂതി അവളെ പൊതിഞ്ഞിരുന്നു.

സുഹൃത്തിനെ വിളിച്ചുവരുത്തി ആശുപത്രിയിലേക്കോടും മുമ്പുതന്നെ അവളുടെ ലോകം കറുത്തിരുണ്ടു.

പരിഭ്രമിച്ചു കയറിവന്ന അവളെക്കണ്ട ഭർത്താവു പറഞ്ഞു.

'മേജർ ആക്സിഡന്റാണ്. ഇപ്പോൾ ഓപ്പറേഷൻ തീയേറ്ററിലേക്ക് കൊണ്ടുപോയിരിക്കുന്നു'.

അയാളും സമനില വീണ്ടെടുക്കുവാൻ പണിപ്പെട്ടു.

അവൾ അയാളിലേക്കൊട്ടിനിന്നു, അവളുടെ രക്ഷകനായി, ഭർത്താവായി, കുട്ടികളുടെ അച്ഛനായി. നിമിഷങ്ങൾ അവരെ സാന്ത്വനിപ്പിച്ച് പരിസരത്ത് ചുറ്റിനടന്നു. അവർ കാറ്റിലുലയുന്ന തോണിയിലെ യാത്രക്കാരായി.

'ഡ്രൈവറുടെ പരിചയക്കുറവാണെന്നാണ് പോലീസ് റിപ്പോർട്ട്. ഹൈവേയിൽ ഒരു ബസ്സിനെ ഓവർറ്റേക്ക് ചെയ്തതാണ്.' അയാൾ സംസാരിക്കുവാൻ വളരെ വിഷമിക്കുന്നുണ്ടായിരുന്നു.

മണിക്കൂറുകൾക്കുശേഷം അവനില്ലാത്തൊരു ലോകം അച്ഛനും അമ്മക്കും അജ്ഞാതമാക്കി മകൻ ഓപ്പെറേഷൻ തീയേറ്ററിൽനിന്ന് വെളിയിൽ വന്നു.

റിക്കവറിറൂമിൽനിന്നും മുറിയിലേക്ക് കൊണ്ടുവന്നപ്പോഴേക്കും രാത്രി ഏറെയായിരുന്നു. അവരുടെ ജീവന്റെ ഒരുതുണ്ട്, അവശനായി, ഞരങ്ങിയും മൂളിയും, വേദനസംഹാരിയുടെ കരുണയിൽ കിടക്കുന്നതുകണ്ട് വീട്ടിലേക്ക് മടങ്ങുവാൻ അവർക്ക് മനസ്സുവന്നില്ല.

'പേഷ്യന്റിന്റെ കൂടെ രാത്രിയിൽ ആർക്കും താമസിക്കാനാവില്ലെന്ന് അറിയാമല്ലോ. പോയിട്ട് നാളെ രാവിലെതന്നെ ഇവിടെയെത്താമല്ലോ.'

നേഴ്സ് അവരെ സ്നേഹപൂർവം വീട്ടിലേക്ക് പറഞ്ഞയച്ചു.

വീട്ടിലെത്തിയപ്പോൾ കൊടുംകാറ്റിലുലഞ്ഞ ചെറുമരമായി അയാൾ നിന്നു.

'ദീപേ, അവന് ഇതിൽക്കൂടുതൽ എന്തെങ്കിലും സംഭവിച്ചിരുന്നുവെങ്കിൽ, അവനില്ലാത്തൊരുലോകം എനിക്ക് ആലോചിക്കുവാൻ കൂടി കഴിയുന്നില്ല.'

ഒരു ഊന്നുവടിയുടെ വികാരസാന്ദ്രതമാത്രം പലപ്പോഴും കാട്ടിയിരുന്ന അയാൾ വികാരാധീനനായി അവളെ തന്നിലേക്കടുപ്പിച്ചു. അവളുടെ നിശ്വാസം പോലും അയാൾക്ക് ആശ്വാസം പകരുമ്പോലെ.

'രാജ്, അരുതാത്തതൊന്നും ചിന്തിക്കരുത്'.

മുങ്ങിയ തോണിയിലെ യാത്രക്കാരായി ആഴങ്ങളിലുള്ള സ്വർണ്ണമത്സ്യങ്ങളെ അവർ കണ്ടെത്തുകയായിരുന്നു.

മുറിവിട്ടിറങ്ങുമ്പോൾ അവൾ പലതിനെയുംകുറിച്ച് ചിന്തിച്ചു.

രാത്രിയേറെയായിരുന്നതിനാൽ ഇളയമകൻ ഉറങ്ങിയിരുന്നു. അവന്റെ മുറിയിൽ കയറിച്ചെന്ന് അവനൊരു ചുംബനം നൽകി ശരിക്കൊന്ന് പുതപ്പിച്ചു. ഇരുണ്ട ഹാൾവേയിലേക്ക് ഇറങ്ങി.

'ദീപേ' അവളെ കുറെയധികസമയം കാണാതിരുന്നതിനാൽ രാജിന്റെ ശബ്ദം ബെഡ്റൂമിൽ നിന്ന് ഉയർന്നുകേട്ടു.

എത്രസമയം അങ്ങനെയിരുന്നുവെന്ന് അവൾക്ക് നിശ്ചയമില്ലാത്തവിധം ചിന്തകളുടെ ലോകത്തിൽ സമയം അതിവേഗം നീങ്ങിയിരുന്നു.

അവൾ എഴുന്നേറ്റ് കതക് ചേർത്തടച്ചു.

ഭിത്തിയിൽ തൂക്കിയിരുന്ന കുടുംബചിത്രത്തിലേക്ക് നോക്കി.

നാട്ടിലെ ഉച്ചച്ചൂടിൽ ചുട്ടുപഴുത്ത് നിൽക്കുന്ന ബിൽബോർഡിലെ പരസ്യചിത്രം മനസ്സിലേക്ക് ഇരച്ചുവന്നു. അച്ഛൻ, അമ്മ, രണ്ടുകുട്ടികൾ. നമ്മുടെ കുടുംബം സന്തുഷ്ടകുടുംബം. അവൾക്കെല്ലാം കൈവിട്ടുപോകുന്നതുപോലെ. മനസ്സ് ഭീതിയിലാഴ്ന്നു.

കമ്പ്യൂട്ടർ ഓൺ ചെയ്തു. അരുതാത്തൊരു ഇഷ്ടവുമായെത്തിയ ഈമെയിൽ തുറന്ന് പലവട്ടം വായിച്ചു. അവരുടെ ചെറിയലോകത്തിലെ വലിയ മതിലുകൾക്കുള്ളിൽ വഴിതെറ്റിയെത്തിയവളായി സ്വയം കണ്ടു.

അവൾ ജീമെയിൽ ഐഡി ഡിലീറ്റുചെയ്യുന്നതിനായി ജീമെയിൽ അക്കൗണ്ട് പേജ് തുറന്നു. 'ഡിലീറ്റ് ജീമെയിൽ ഐഡി' ബട്ടൺ സ്ക്രീനിൽ വന്നു.

ഈമെയിൽ ഐഡി ഡിലീറ്റ് ചെയ്ത്.......

പരസ്പരം കൂടുതൽ അറിയുവാനാവാതെ, അടുക്കുവാനാവാതെ....

ഇതെന്തിന് ചെയ്തുവെന്നൊരിക്കലും ചോദിക്കുവാനവസരം കൊടുക്കാതെ....

ഒരുബന്ധം ഹോമകുണ്ഠത്തിലെറിഞ്ഞ്.....

വഴികളടച്ച്.......

ആ ബട്ടണിലേക്ക് അവൾ മെല്ലെ വിരലുകൾ അമർത്തുവാൻ തുനിഞ്ഞു.

വെളുത്ത പാരിജാതപ്പൂക്കളുടെ സൗരഭ്യം.

ഉഷ്ണക്കാറ്റിന്റെ മുരൾച്ച.

'ദീപേ, നീ ഓവർ റിയാക്റ്റ് ചെയ്യുന്നു'

ആരോ തോളിൽ തട്ടുന്നുവോ?

അടുത്ത മുറിയിൽ ഭർത്താവ് ഉറക്കത്തിലേക്ക് വഴുതിവീഴുകയായിരുന്നു.

അരുതാത്ത ഇഷ്ടം ജീവിതസഹജമായ ശിക്ഷയർഹിക്കാത്ത അപരാധമാണ്.

സ്നേഹം മനുഷ്യസഹജമാണ്, ജീവവായുപോലെ നമ്മിലലിഞ്ഞ്, ഒഴിവാക്കാനാവാത്തവിധം.

ദേശാഭിമാനി വാരിക, 2008 ജനുവരി

സെപ്തംബർ 14

തണുത്ത വായു മുറിയിലാകെ തളംകെട്ടിയപ്പോൾ ഡോക്ടർ ജാനകി മേനോൻ ഉണർന്നു. സർനെയിമിന് പ്രസക്തി കൊടുക്കുന്ന അമേരിക്കൻ സമൂഹത്തിൽ, സഹപ്രവർത്തകർക്കും രോഗികൾക്കുമിടയിൽ ഡോക്ടർ മേനോൻ എന്നറിയപ്പെടുന്ന അവൾ 'ജാൻ' എന്നു വിളിക്കപ്പെടുവാൻ ഇഷ്ടപ്പെടുന്നു. വിവാഹം കഴിഞ്ഞിട്ട് അവൾ 'ജയമോഹൻ' എന്ന വള്ളിയിൽ കിടന്നാടിയില്ല. ആരാനും തിരഞ്ഞുതന്ന പേരിനുള്ളിൽ ആമയ്ക്ക് തോടെന്നപോലെ ജീവിതകാലം മുഴുവൻ കഴിയണോ?

സെപ്തംബർ മാസത്തിലെ ദിവസങ്ങൾക്ക് ഭാവങ്ങൾ പലതാണ്. ചിലപ്പോൾ ശുണ്ഠി പിടിച്ച ചെറുപ്പക്കാരിയെപ്പോലെ ചൂടായി ചൊടിച്ചു നിൽക്കും. മോഹമുണർത്തും. ചിലപ്പോൾ രക്തയോട്ടം കുറഞ്ഞ് വിറങ്ങലിച്ചിരിക്കുന്ന മുത്തശ്ശിയെപ്പോലെ തണുത്തിരിക്കും. ചൂടുപകരാൻ അടുത്തൊരാൾ ഉണ്ടായിരുന്നുവെങ്കിൽ എന്ന് ഏതൊരു സ്ത്രീയും ആശിക്കുവാൻ പാകത്തിന് മുറിക്കുള്ളിൽ തണുപ്പ് നിറഞ്ഞുനിന്നു. കട്ടിലിന്റെ ഒഴിഞ്ഞു കിടക്കുന്ന മറുപാതിയിലേക്ക് ചെരിഞ്ഞ് കിടന്ന് അവൾ ഇലക്ട്രിക്ക് ബ്ലാങ്കറ്റ് ഓണാക്കി.

തിങ്കൾ... ചൊവ്വ... ബുധൻ...ഇന്നേതുദിവസമാണ്...

ചൊവ്വാഴ്ച, ദിവസം ഓർത്തെടുത്തു. അവളുടെ അവധി ദിവസം. ഇന്ന് എപ്പോഴെങ്കിലും കിടക്ക വിട്ടാൽ മതി. കാലത്ത് ഷവറിൽ ധൃതിയിൽ ഷേവ് ചെയ്യുമ്പോളുണ്ടാവുന്ന റേസർ മുറിവുകൾ ഇന്ന് കാലുകളിൽ കാണില്ല. അവളെ സംബന്ധിച്ചിടത്തോളം ജോലിസ്ഥലം തിരക്കുപിടിച്ച ലോകമാണ്. സമയവും സൗകര്യവും നോക്കാതെ സംഭവിക്കുന്ന അപകടങ്ങളും, നിന്ന നിൽപ്പിൽ അസുഖം ബാധിക്കുന്നവരും എമർജെൻസിറൂമിൽ അവളെ തിരക്കിൽനിന്ന് തിരക്കിലേക്ക് എത്തിക്കുന്നു.

മുന്നിൽ പുതിയൊരു ദിവസം വിരിഞ്ഞ് വെളിച്ചം പരത്തുന്നു.

കണ്ണാടിജാലകങ്ങൾക്കരുകിൽ ഗൃഹാതുരത്വം ഉണർത്തി നിൽക്കുന്ന കറിവേപ്പിനും ചെമ്പരത്തിക്കും കിടക്കമുറിയിൽ പ്രത്യേകമൊരിടം കിട്ടിയ

തിന്റെ ഗർവ്വുണ്ട്. ചുവരുകളിൽ വാൻഗോഗിന്റെയും മൊണെയുടെയും പ്രിന്റുകൾ. ചില്ലുവാതിലിലൂടെ കാണുന്ന ആകാശത്തിന്റെ കോണിൽ വെള്ളവാൽ സൃഷ്ടിച്ച് പറന്നകലുന്ന ഒരു വെള്ളിവിമാനം. അവൾക്ക് ഇഷ്ടമില്ലാത്തതായി കിടക്കമുറിയിലൊന്നുമില്ല, കുറെ ഓർമ്മകളൊഴിച്ച്.

താളം തെറ്റുന്ന ദിവസങ്ങളുടെ ഏകാന്തനിമിഷങ്ങളിൽ വേണ്ടാത്ത ചിന്തകൾ കടൽക്കാക്കകളെപ്പോലെ കാറിക്കരഞ്ഞുവന്ന് മനസ്സിന്റെ നിലയില്ലാക്കയത്തിൽ മുങ്ങി മരിക്കും. മകനെ വിളിക്കുമ്പോഴൊക്കെ 'ഹായ് ദിസ് ഇസ് സഞ്ജയ്, പ്ലീസ് ലീവ് എ മെസ്സേജ്' എന്നാണ് കേൾക്കുക. പിന്നെ അടുത്ത കുറെ മണിക്കൂറുകൾ ഫോണടിക്കുമ്പോൾ പ്രതീക്ഷയുടെ ഒരു മായാലോകം മുന്നിൽ ഉയർന്നുവന്ന് കാളർഐഡി കാണിക്കുമ്പോഴേക്കും തകർന്നുവീഴുന്നു.

'ജാൻ, നീയെന്നോടൊപ്പം താമസിക്കൂ, എന്റെ ഭാര്യയായി. നമുക്ക് എന്നും ഒരുമിച്ചുറങ്ങി പുതിയൊരു ദിവസത്തിലേക്ക് ഒരുമിച്ചുണരാം.' വർണ്ണങ്ങൾ കാവടിയാടുന്ന സ്റ്റുഡിയോയോട് അനുബന്ധിച്ച കിടപ്പുമുറിയിൽ ഒരിക്കൽ ബാലചന്ദ്രനോടൊപ്പം ഉറക്കമുണരുകയായിരുന്നു അവൾ.

'ബാലാ, നിന്റെ സുന്ദരികളായ മോഡലുകളെയും നിന്നെയും എനിക്ക് വിശ്വാസമില്ല' അവൾ കളിയാക്കി.

സ്ത്രീ, വർണ്ണങ്ങൾ വിതാനിച്ച ക്യാൻവാസാണ്, നിറക്കൂട്ടുകൾ നിറഞ്ഞ സൗന്ദര്യമാണ്. ചിത്രകാരൻ നിറക്കൂട്ടുകളുടെ കമിതാവാണ്.

നൂറുകണക്കിന് ആളുകളുടെ ജീവൻ രക്ഷിക്കുന്ന എമർജെൻസിറൂം ഡോക്ടർ എന്തിനെയാണ് ഭയന്നത്? ആരെയാണ് ഭയക്കുന്നത്?

'സഞ്ജയ്... അവനിപ്പോൾ അമ്മയെ വെറുക്കുന്നു. വിവാഹമോചനത്തിന് കാരണക്കാരി അമ്മയാണന്ന് വിശ്വസിക്കുന്നു. അവൻ ദാമ്പത്യം നുകരുമ്പോൾ സ്ത്രീപുരുഷബന്ധം എന്തെന്നറിയും. അപ്പോൾ എന്നോട് ക്ഷമിക്കും. അതുവരെ നമുക്ക് വിവാഹത്തിന്റെ വിള്ളലിലേക്ക് ഒലിച്ചിറങ്ങാത്തൊരു ബന്ധം മതി, അല്ലേ? ഹൃദയരേഖകൾ നിയമത്തിന്റെ കടലാസിലേക്ക് പകർത്തുന്നതുകൊണ്ട് എനിക്ക് കൂടുതലായി എന്തു നേടുവാനാണ്? നിന്റെ സ്വത്തോ?'

'ഡോക്ടർ മേനോൻ, നിങ്ങൾ ലക്കിയാണ്. ബാധ്യതകൾ ഇല്ലാത്ത ജീവിതം, സ്വതന്ത്രമായ ദിവസങ്ങൾ.' രണ്ടാമതൊന്ന് ചിന്തിക്കാതെ മെഡിക്കൽ കോൺഫ്രൻസിന് പോവുമ്പോൾ സഹപ്രവർത്തകർ പറയുന്നു. ഭംഗിയുള്ള പുറംചട്ടയുള്ള പുസ്തകമാണ് താൻ. അകത്ത് ചിതലെടുത്തിരിക്കുന്നത് ആരും കാണുന്നില്ല. തന്റെ ദാമ്പത്യമെന്ന തടവറയെക്കുറിച്ച് വളരെ അടുത്തവരോട് മാത്രം പറഞ്ഞു. മുൻവിധി എഴുതുവാൻ ആളുകളുടെ മുന്നിലേക്ക് ആവശ്യമില്ലാതെ എന്തിന് കടലാസ് എറിഞ്ഞുകൊടുക്കണം.

ഭാവി ഭദ്രമാക്കാൻ ജയമോഹൻ കണക്കുകൂട്ടി കണ്ടുപിടിച്ചൊരു പെൺകുട്ടിയായിരുന്നു ഡോക്ടർ ജാനകി മേനോൻ. ഒരു 'ട്രോഫി റ്റേക്കർ' വൈഫ്. ജോലിതുടങ്ങിയപ്പോൾ മുതൽ അയാൾ അവൾക്കുചുറ്റും സംശയത്തിന്റെ വല നെയ്തു. അവൾ എവിടെയെങ്കിലും പോയാൽ സംശയം, തിരികെയെത്തുവാൻ വൈകിയാൽ സംശയം, ഹോസ്പിറ്റലിൽ നിന്ന് ആരെങ്കിലും വിളിച്ചാൽ സംശയം. പരുന്ത് പോലെ അവളുടെ ചുറ്റും പറന്നു നടന്ന ഒരു കണ്ട്രോൾ ഫ്രീക്ക്. സംശയത്തിന്റെ പുകച്ചുരുളുകളിൽ പരസ്പരം കണ്ടെത്താനാവാതെ ദിവസങ്ങൾ നീങ്ങി. ബന്ധങ്ങൾ അകന്ന് വലിഞ്ഞ് പൊട്ടി.

മകനെയോർത്ത് അവൾ പിടിച്ചുനിന്നു. അമേരിക്കൻ നിയമമനുസരിച്ച് പതിനെട്ടുവയസ്സിൽ പ്രായപൂർത്തിയായിക്കഴിഞ്ഞാൽ കുട്ടികൾക്ക് തീരുമാനങ്ങൾ എടുക്കുവാനുള്ള വ്യക്തിസ്വാതന്ത്ര്യമുണ്ട്. അവരുടെ സ്വകാര്യതയെ മാതാപിതാക്കൾ മാനിച്ചേ പറ്റൂ. ഇഷ്ടാനിഷ്ടങ്ങളൊന്നും അടിച്ചേൽപ്പിക്കുവാൻ സാധിക്കില്ല. അവൻ കോളേജിൽ പോവട്ടെ, വീടുവിടട്ടെ, അതുവരെ.......

തുറന്നിടാനാവില്ലെങ്കിൽ ജാലകങ്ങൾകൊണ്ട് എന്തു പ്രയോജനം?

ജാലകങ്ങൾ തുറന്നിട്ടത് സഞ്ജയ് കോളജിൽ പോയ ഒന്നാംവർഷമാണ്. വേനലവധിക്ക് വീട്ടിൽ വരുമ്പോഴേക്കും വാർത്ത പഴങ്കഞ്ഞിപോലെ പഴകണം.

പൊട്ടിത്തെറിക്കയായിരുന്നു അവൻ, വീട്ടിലെ സംഘർഷത്തിന്റെ ചൂട് മറന്നുവെന്ന് തോന്നിപ്പിക്കുന്ന വിധത്തിൽ.

'അച്ഛൻ?'

'അപ്പാർട്ടുമെന്റെടുത്ത് മാറിത്താമസിച്ചു.'

അതാണ് സെൽഫോണിന്റെ ഗുണം, എവിടെനിന്നാണ് വിളിക്കുന്നതെന്ന് ഒരു തുമ്പും കൊടുക്കില്ലല്ലോ!

'അമ്മ ഇപ്പോൾ വളരെ എസ്റ്റാബ്ലിഷ്ഡായി, അല്ലേ? അച്ഛനെയും എന്നെയുമൊന്നും ആവശ്യമില്ലല്ലോ! ഐ കാണ്ട് ബിലീവ് യൂ ഡിഡ് ദിസ് റ്റു അസ്'.

ദൂരെ മഞ്ഞുമലകൾ.... ഉറഞ്ഞുപോയില്ല.... തളർന്നുപോയില്ല.... എന്തിനെന്ന് ഒരിക്കൽ അവന് മനസ്സിലാവും.

ഇവിടെ മുള്ളും ഇലയും എല്ലാം താനാകുന്നു. അവന്റെ നോട്ടത്തിൽ മുള്ളൊടിച്ചിട്ടതും താൻ തന്നെ. കാറ്റത്തും മഴയത്തും കാത്തുരക്ഷിച്ച കൂട് കാറ്റിലുലഞ്ഞപ്പോൾ അവൻ പരിഭ്രമിക്കുന്നു. ആൺകുട്ടികളുടെ മാതൃകാപുരുഷനാണ് അച്ഛൻ. കുറ്റങ്ങളും കുറവുകളും കാണുവാൻ അവർക്കാവില്ല. അവന്റെ മാത്രം സന്തോഷത്തിനായി എത്ര നാൾ?

വേനലവധിക്ക് അവൻ മിക്കവാറും സമയം ചെലവഴിച്ചത് ജയമോഹ

നോടൊപ്പം. വീടെന്ന സർക്കസ്കൂടാരത്തിൽ ഞാണിന്മേൽകളി മതിയാക്കി അമ്മ പുറത്തുചാടിയതിന്റെ അമർഷമായിരുന്നോ? അവധികഴിഞ്ഞ് തിരികെപ്പോയ അവന്റെ ശബ്ദം കേട്ടത് മാസങ്ങൾ കഴിഞ്ഞാണ്.

'നിന്നോട് ഇക്കാര്യം പറഞ്ഞതാരാണ്?'

'ദേവി ആന്റിയുടെ മകൻ ഗോപു.'

മലയാളികളേക്കാൾ മലയാളിയായി ജീവിക്കുന്ന, സമുദായത്തിന്റെ നിയമപാലകരായ ആന്റിമാർ അവരുടെ കുടിയേറ്റക്കുട്ടികളോട് പറഞ്ഞു കാണും 'ഡോക്ടർ ജാനകി, ഭർത്താവ് കിടക്ക വിടും മുമ്പ് മറ്റൊരു പുരുഷനെ അന്വേഷിച്ച് പോയവൾ. സമൂഹത്തിന് നാണക്കേട് വരുത്തുന്നു. എന്റെ കുട്ടി, നീ അവരുമായി ഇടപെഴകാനൊന്നും പോവണ്ട'

'ഇതു സത്യമാണോ? യു ആർ ആൻ എംബാരസ്മെന്റ്.'

അവന്റെ ശബ്ദത്തിൽ അമർഷവും പാരുഷ്യവും.

സത്യമാണ് സഞ്ജയ്. ഞാൻ നിന്റെ അമ്മയാണ്, എങ്കിലും ഞാനൊരു സ്ത്രീയല്ലേ? എനിക്കു മാത്രം നിഷിദ്ധമല്ലല്ലോ ജീവിതം?

ഇവിടെ ആരും ആരെയും വഞ്ചിച്ചില്ലല്ലോ! പ്രായപൂർത്തിയായ സ്വതന്ത്രരായ ഒരു സ്ത്രീയും പുരുഷനും തമ്മിൽ സ്നേഹിക്കുന്നതിൽ എന്താണ് തെറ്റ്?

കുറച്ചുവർഷങ്ങൾക്കുമുമ്പ് ഹോസ്പിറ്റലിൽ ആർട്ട് എക്സിബിഷൻ നടന്നപ്പോഴാണ് ബാലചന്ദ്രനെ ആദ്യമായി കണ്ടുമുട്ടിയത്. മലയാളി എന്ന നിലയിൽ അന്ന് പരിചയപ്പെട്ടു. അയാളും അയാളുടെ ചിത്രങ്ങളും 'ലുക്സ് ഗുഡ്' എന്ന് മനസ്സിൽ കണക്കെടുത്തു. രണ്ടുദിവസം കഴിഞ്ഞ് അയാൾ അവളെ വിളിക്കുംവരെ ഒരു സാധാരണ പരിചയപ്പെടലായി മാത്രം അവളതിനെ കണക്കാക്കി. ഹോസ്പിറ്റൽ കമ്മീഷൻ ചെയ്ത ചിത്രങ്ങളുമായി അയാൾ പലതവണ വന്നു. സമാനതലത്തിൽ ചിന്തിക്കുന്ന അവർക്ക് കാഫറ്റീരിയയിലെ തണുത്ത കാപ്പിക്കപ്പുകൾ മുഷിച്ചിലില്ലാതെ കൂട്ടിരുന്നു.

വിവാഹത്തൊഴുത്തിൽ കെട്ടിയിടപ്പെട്ട എത്രയോ സ്ത്രീപുരുഷ ജന്മങ്ങളുണ്ട്......

തൊഴുത്തിലെ ദുർഗന്ധവും മാലിന്യങ്ങളും സഹിച്ച്.....

തൊഴുത്തുവിടുവാൻ ആരും മുതിരാറില്ല. ദുർഗന്ധവും മാലിന്യവും സമൂഹത്തിലേക്ക് പടർന്ന് നാറും.

അയാൾ എല്ലാം മണത്തറിഞ്ഞിരുന്നു.

'ഞാൻ വിവാഹിതയാണ്. എനിക്കൊരു മകനുണ്ട്. നമുക്ക് സുഹൃത്തുക്കളായി കഴിയാം.' തിരിച്ചറിവിന്റെ നിമിഷത്തിൽ അവൾ പറഞ്ഞു.

'ഞാൻ കാത്തിരിക്കാം, നീ സ്വതന്ത്രയാവുംവരെ. ഈ മൈൽക്കുറ്റിക്കു വളരെ മുമ്പുതന്നെ നാം കണ്ടുമുട്ടേണ്ടവരായിരുന്നു.'

അയാൾ കാത്തിരുന്നു.

തമ്മിൽ സ്നേഹിക്കുവാനും കരുതുവാനും കഴിയുമെന്നറിഞ്ഞത് അവനിലേക്കുള്ള വഴിയിലായിരുന്നു. വഴിപിഴച്ച സ്നേഹം എന്നൊന്നുണ്ടോ? സ്നേഹത്തിന്റെ വഴിയിലാണ് ആത്മാവിനെ ഉണർത്തുന്ന ജീവന്റെ സംഗീതം പൂർണ്ണമാവുന്നത്.

ജയമോഹനെ അവസാനമായി കാണുന്നത് മണിക്കൂറുകൾ ആകാശ ദൂരമുള്ള സഞ്ജയുടെ കോളേജ് ഗ്രാഡ്വേഷൻ ദിവസമായിരുന്നു. തടിച്ചു വീർത്ത അയാളുടെ കണ്ണുകളിൽ ക്ഷീണം കുടിയേറിയിരുന്നു.

'ഹാർട്ടിന് പ്രശ്നമുണ്ട്. തടികുറക്കണം. ഡയറ്റ് ശരിയാവുന്നില്ല' കേട്ടപ്പോൾ വല്ലായ്മ തോന്നി.

ഗ്രാഡ്വേഷൻ സെറിമണികഴിഞ്ഞ് അവൻ ഓടിവന്ന് അമ്മയെ കെട്ടിപ്പിടിച്ചു. 'ഐ ലവ് യു മാം' ഡിഗ്രി കിട്ടിയതിനാലാവണം അവൻ വികാരാധീനനായിരുന്നു. അതോ അച്ഛനും അമ്മയും അടങ്ങുന്ന 'ഫാമിലി' ഒന്നിച്ചു കൂടിയതിന്റെ സന്തോഷത്തിലോ?

അവളും ജയമോഹനും സഞ്ജയും അന്ന് അടുത്തടുത്ത സീറ്റുകളിൽ മുഖാമുഖം നോക്കി ഡിന്നർ കഴിച്ചു. ഡിന്നറിനുമുമ്പ് അയാൾ പല ഗുളികകൾ വിഴുങ്ങി. മൂന്നുവർഷത്തിനുള്ളിൽ അയാൾ വളരെ മാറിയിരിക്കുന്നു. അവൾക്ക് സഹതാപം തോന്നി. കുറ്റബോധം പുരളാത്ത സഹതാപം. അവളുടെ വിധികർത്താവ് അയാൾ ആയിരുന്നല്ലോ! ഓർമ്മകളുടെ ചാരത്തിന് ഇപ്പോഴും നല്ല ചൂടുണ്ട്. ഉള്ളിൽ ജ്വലിക്കുന്ന കനലുകളുണ്ട്, പൊള്ളിക്കുവാൻ പാകത്തിൽ.

അവിടെത്തന്നെ ജോലി കണ്ടെത്തിയ അവനെ വീണ്ടും കാണുന്നത് ജയമോഹന്റെ ഫ്യൂണറലിനാണ്.

'അച്ഛന്റെ ആരോഗ്യവും ഡയറ്റും നോക്കി സഹായിക്കാൻ ആരുമുണ്ടായിരുന്നില്ല. അമ്മയാണ് അച്ഛനെ മരണത്തിലേക്ക് വിട്ടത്. ഒരിക്കലും അച്ഛനെ വിട്ടുപോകരുതായിരുന്നു. ഐ ഹേറ്റ് യൂ ഫോർ ദാറ്റ്. ഐ ഡോണ്ട് അണ്ടർസ്റ്റാൻഡ് യു.' സ്നേഹം വിളക്കണച്ച വാക്കുകൾ. ഡോക്ടർ മേനോൻ തളരുന്നു.

മുന്നിൽ ഭൂമി പിളരുന്നു... ജനകന്റെ ജാനകിയായി വിള്ളലിൽ. താണ്..... താണ്.....

മദേർസ്ഡേയുമായി മെയ് മാസം വന്നു. അമേരിക്കൻ സമൂഹത്തിൽ അമ്മയോടുള്ള സ്നേഹം പൂക്കളായും ചോക്കളൈറ്റുകളായും റെസ്റ്റോറന്റിൽ ഒരു ഡിന്നറായും മക്കളിൽ നിന്ന് വരുന്ന ദിവസം. അമ്മമാർക്കുള്ള പൂച്ചെണ്ടുകൾ വെള്ളിയാഴ്ചതന്നെ ഫ്ളോറിസ്റ്റുകൾ ഓഫീസുകളിൽ എത്തിക്കുന്നു. മദേർസ്ഡെ, ഞായറാഴ്ച അവളുടെ ടെലഫോൺ ചിണുങ്ങി. പിന്നെ വോയ്സ് കോളർഐഡിയുള്ള ടെലഫോൺ വിളിച്ചുപറഞ്ഞു 'കോൾ ഫ്രം സഞ്ജയ് ജയമോഹൻ'

ആയിരം ചിറകുകൾ മുളപ്പിച്ച് അവൾ പറന്നു.

'അമ്മയെന്താ ഇന്ന് ബാലചന്ദ്രനോടൊപ്പം ന്യൂയോർക്ക് ആർട്ട് മ്യൂസിയത്തിൽ പോവാതിരുന്നത്? ഐ ആൾവെയ്സ് ലൈക്ക്ഡ് ന്യൂയോർക്ക്, ദ സിറ്റി ദാറ്റ് നെവെർ സ്ലീപ്പ്സ്. യൂ തിങ്ക് ഐ കാൻ മീറ്റ് ബാലചന്ദ്രൻ സംഡെ?'

അവൻ ബാലചന്ദ്രനെക്കുറിച്ച് സംസാരിക്കുന്നു. കൈത്തണ്ടയിൽ തുടിച്ചുനിന്ന ഞരമ്പിൽ നുള്ളി വേദനിപ്പിച്ചു, ഇതു സ്വപ്നമല്ല.

അടുക്കളയുടെ തറയിൽ നീന്തുന്ന അവൻ അമ്മയുടെ കാലിൽ പിടിച്ച് എഴുന്നേൽക്കുവാൻ ശ്രമിക്കുന്നു. സഞ്ജയ്, യൂ അമ്മാസ് ഗുഡ് ബോയ്.

ആശയുടെ തീനാളം ആളിക്കത്തിയപ്പോൾ നോക്കുന്ന ചുവരുകളിലെല്ലാം അവന്റെ നിഴലുകൾ. പൊലിയുവാൻ വെമ്പി നിൽക്കുന്ന വിളക്കിന് ചെറിയൊരു കാറ്റ് മതി അണഞ്ഞുപോവാൻ.

പറമ്പിൽ പുല്ലുവെട്ടുന്ന യന്ത്രത്തിന്റെ ശബ്ദം. തുറന്നുകിടക്കുന്ന ജാലകത്തിലൂടെ തണുത്ത കാറ്റിനോടൊപ്പം പച്ചപ്പുല്ലിന്റെ മണം. മുറിയിലാകെ സൂര്യന്റെ വെളിച്ചം മഞ്ഞച്ച് നിൽക്കുന്നു. വാൻഗോഗിന്റെ സൂര്യകാന്തിപ്പൂക്കൾക്ക് പതിവിലേറെ മഞ്ഞളിപ്പ്. സ്കൈലൈറ്റിന് പതിച്ചുകിട്ടിയ ഒരുതുണ്ട് ആകാശത്തിൽ വെള്ളവാലിട്ട് മറ്റൊരു വെള്ളിവിമാനം.

സമയം എട്ടരയോട് അടുക്കുന്നു. സ്വച്ഛമായേക്കാമായിരുന്ന ഒരു പ്രഭാതം നശിപ്പിച്ചുവെന്ന് അലോസരപ്പെട്ട് അവളെഴുന്നേറ്റു. ചായക്കപ്പ് ചുണ്ടുകളോടടുപ്പിച്ചപ്പോൾ ബാലചന്ദ്രന്റെ ഫോൺകോൾ.

'ജാൻ, ടീവി ഓണാക്കൂ. ട്വിൻടവറിൽ ഒരു പ്ലെയിൻ ഇടിച്ചിരിക്കുന്നു. വിമാനാപകടം. ഞാൻ ഒരു കസ്റ്റമറെ കാണുന്നതിനായി ന്യൂയോർക്കിലേക്ക് ഡ്രൈവ് ചെയ്യുകയാണ്.'

ട്വിൻടവറിനുനേരെ പറന്നടുത്ത വിമാനം ടവറിൽ ഇടിച്ച് തീഗോളമായി എരിയുന്നു. പിന്നെ മിനിറ്റുകൾക്കുള്ളിൽ അടുത്ത ടവറിലിടിച്ച് അഗ്നികുണ്ഠമായ മറ്റൊരു വിമാനം. രണ്ടു കെട്ടിടങ്ങൾക്കുള്ളിൽ പല കമ്പനികളുടെ ഓഫീസുകൾ. നടക്കുന്നതെന്തന്നറിയാതെ ഓഫീസ്മുറികൾ വിട്ടോടി തീയിലും പുകയിലും അകപ്പെട്ട് തിക്കിത്തിരക്കുന്ന ജനക്കൂട്ടം. എലിവേറ്ററുകളിലും സ്റ്റെയർകേസിലും കുടുങ്ങിപ്പോയ നിസ്സഹായർ. പുറത്തുകടന്നവർക്ക് രക്ഷപ്പെട്ടതിന്റെ ആശ്വാസം. കെട്ടിടങ്ങൾക്കുള്ളിൽ അകപ്പെട്ടവർക്ക് പ്രിയമുള്ളവരെ ഇനി കാണുവാനാവുമോ എന്ന ഭീതി. ചാനലുകൾ പുലമ്പി 'ആഗോള വൻശക്തിയായ അമേരിക്കക്കെതിരെ ഭീകരമായ ടെററിസ്റ്റ് ആക്രമണം. ആരാണെന്നറിയില്ല, എവിടെനിന്നെന്നറിയില്ല.'

'ഞാൻ മടങ്ങുന്നു. ന്യൂയോർക്ക് സിറ്റി ആകെക്കൂടി സ്തംഭിച്ചിരിക്കയാണ്.' ബാലചന്ദ്രൻ കാറിൽ നിന്ന് വിളിച്ചു.

'ഡോക്ടർ മില്ലറുടെ മകൾ ട്വിൻടവറിലുള്ള ഒരു ഓഫീസിലാണ് ജോലി

ചെയ്യുന്നത്. അവർ അവളെ കോൺടാക്റ്റ് ചെയ്യുവാൻ ശ്രമിച്ചുകൊണ്ടിരിക്കുന്നു. ഇതുവരെ യാതൊരു വിവരവുമില്ല.' ഹോസ്പിറ്റലിൽ നിന്ന് ഒരു സുഹൃത്ത് അറിയിച്ചു.

എരിഞ്ഞുയരുന്ന രണ്ട് അഗ്നിപർവ്വതങ്ങൾ. ഇരുണ്ട പുകപടലം ആകാശത്തിലേക്ക് കുമിഞ്ഞുയരുന്നു.

ഡോക്ടർ മില്ലറുടെ അമ്മമനസ്സ് ഭീതിയുടെയും പരിഭ്രമത്തിന്റെയും കുണ്ഠത്തിലെരിയുന്നത് അവളറിയുന്നു. ഒരിക്കലുമുറങ്ങാത്ത ന്യൂയോർക്ക് സിറ്റി. യുവജനങ്ങളുടെയും കരിയറിസ്റ്റുകളുടെയും സ്വപ്നഭൂമി. കലാകാരന്മാരുടെ ചിത്രഭൂമി. സംസ്കാരവും സ്റ്റൈലും തിളച്ചുകൊഴുത്ത സിറ്റി. അവിടെ തന്റെ നാഡിയുടെ തുടിപ്പ് അന്വേഷിച്ചു പോയ പെൺകുട്ടി....

അടുത്ത രണ്ടു മണിക്കൂർ ചാനലുകൾ ആളുകളെ മുറിയിൽ തളച്ചിട്ടു, കണ്ണുകളെ കണ്ണാടിപ്പെട്ടിയിൽ ഒട്ടിച്ചുവെച്ചു. കെട്ടിടങ്ങളുടെ സ്റ്റീൽ കമ്പികൾ മെഴുകുപോലെയുരുകി. അംബരചുംബികളായ ടിൻടവേർസ് തീപ്പെട്ടിപോലെ കത്തിയെരിഞ്ഞ് നിലംപതിച്ചു. ആയിരമായിരം മനുഷ്യശരീരങ്ങൾ വെന്തുകരിഞ്ഞു.

ദൈവമേ, നീ എവിടെയായിരുന്നു? ആകാശത്തിന്റെ അതിരുകളിലോ? അപാരമായ സമുദ്രത്തിന്റെ ആഴങ്ങളിലോ? അതോ വിസ്തൃതമായ മണലാരണ്യത്തിലോ? മഞ്ഞുമൂടിയ മലകളിലോ? കരിഞ്ഞു ചാമ്പലായ മനുഷ്യമനസ്സുകളിൽ നിന്ന് ദിവസങ്ങൾക്കുമുമ്പേ നീ ഒളിച്ചോടിയിരുന്നോ, അവരുടെ പ്രാർഥനകൾ കേൾക്കുവാനാവാത്ത ഒരിടത്തേക്ക്?

ഡോക്ടർ മില്ലറുടെ മകൾ അമ്മയെ വിളിച്ചുവെന്ന് ഹോസ്പിറ്റലിൽ നിന്നറിയിച്ചു. ആളുകളുടെ തിക്കിത്തിരക്കിൽ പരുക്കേറ്റിട്ടുണ്ട്. അവൾക്ക് ജീവിതം തിരികെക്കിട്ടിയിരിക്കുന്നു. വ്രണപ്പെടുത്തിയ ഭീതിനിറഞ്ഞ കാഴ്ചകളിൾ, അനുഭവങ്ങളിൽ, മനസ്സ് നഷ്ടപ്പെട്ടിരിക്കുമോ? മനസ്സിനെ തിരിച്ചുപിടിക്കുവാൻ കഴിയുമോ?

ബുധൻ..... വ്യാഴം..... വെള്ളി......

മറ്റൊരു വാരാന്ത്യത്തിന്റെ തുടക്കം. അന്ന് ജോലികഴിഞ്ഞ് വീട്ടിൽ വരുമ്പോൾ കുറെ തീരുമാനങ്ങൾ എടുത്തതിന്റെ സന്തോഷത്തിലായിരുന്നു ഡോക്ടർ മേനോൻ.

കണ്ണുകളിൽ പുളയുവാൻ മടിക്കുന്ന പരൽമീനുകൾ. കവിളുകളിൽ നിറംമങ്ങുന്ന പൂവുകൾ.

പണിതീരാപ്പാലങ്ങളിലൂടെ, നഷ്ടപ്പെട്ടുപോയ എന്തിനെയോ കുറിച്ചുള്ള ഉത്ക്കണ്ഠകളുമായി, സാക്ഷാത്ക്കരിക്കപ്പെടാത്ത സ്വപ്നങ്ങളുമായി സഞ്ചരിക്കുകയാണ്.

ജീവിതത്തിന് പൂർണ്ണചന്ദ്രനിൽ ലയിക്കുന്ന നിശയുടെ നിർവൃതിയുണ്ടാവണം.

സെപ്തംബർ 14

ബാലചന്ദ്രന് ഇഷ്ടപ്പെട്ട ഐസ്ക്രീം ഫ്രീസറിൽ എടുത്തുവെച്ചു. ആൻസറിങ്ങ് മെഷീൻ ഓണാക്കി.

പരിചയമില്ലാത്ത ശബ്ദം 'ആന്റി, എന്റെ പേര് ദീപക്. ഞാൻ സഞ്ജയുടെ ഒരു ഫ്രെണ്ട്. ഞാൻ കുറച്ചു ദിവസങ്ങളായി ബിസിനസ്സ് ട്രിപ്പിൽ സിംഗപ്പൂരിലായിരുന്നു. സഞ്ജയ്ക്ക് സെപ്തമ്പർ 11ന് രാവിലെ എട്ടുമണിക്ക് ന്യൂയോർക്കിൽ ട്വിൻടവറിലുള്ള ഒരു കമ്പനിയിൽ ഇന്റർവ്യൂ ഉണ്ടായിരുന്നു. സഞ്ജയെ കോണ്ടാക്റ്റ് ചെയ്യുവാൻ ശ്രമിച്ചിട്ട് ഇതുവരെ സാധിച്ചിട്ടില്ല. അവൻ സെപ്തംബർ 10ന് കാലിഫോർണിയയിൽ നിന്നും ന്യൂയോർക്കിലേക്ക് യാത്ര ചെയ്തു എന്ന് എയർലൈൻസ് കൺഫേം ചെയ്തു.'

കേട്ടത് ഗ്രഹിക്കുവാൻ ശ്രമിക്കുകയായിരുന്നു അവൾ. കാൽപത്തിയിലൂടെ ഇഴഞ്ഞുകയറുന്ന ഭീതിയുടെ പെരുമ്പാമ്പുകൾ ശരീരത്തെ വരിഞ്ഞുമുറുക്കുന്നു. ഭയത്തിന്റെ നനവാർന്ന തണുപ്പ്.

കുറച്ചു നിമിഷത്തെ മൗനത്തിനുശേഷം അവൻ തുടർന്നു. 'ന്യൂയോർക്കിൽ ഒരു ജോലി കണ്ടുപിടിക്കുന്നതിനുള്ള ശ്രമത്തിലായിരുന്നു അവൻ. അപ്പോൾ അമ്മയെ ഇടക്കിടെ കാണാമല്ലോ.'

അടുക്കളയാകെ കറങ്ങുന്നു. തറയിൽ അവന്റെ കറങ്ങുന്ന പമ്പരം. കണ്ണുകളിൽ ഇരുട്ട് കയറുന്നു.

ന്യൂയോർക്ക് സിറ്റിയുടെ ശ്മശാനമായി മാറിയ ഗ്രൗണ്ട് സീറോ. അവിടെ തകർന്നുവീണ കെട്ടിടങ്ങൾക്കിടയിലൂടെ സഞ്ജയ് മുട്ടിലിഴയുന്നു. അവൻ കരയുകയാണോ?

ദേശാഭിമാനി വാരിക, 2010 ഒക്ടോബർ

ഔട്ട്സോഴ്സ്ഡ്

ടൈൽ കമ്പനിയിലെ ഡ്രൈവർജോലി കുറെ മാസങ്ങൾക്കുമുമ്പ് ദിനേശന് നഷ്ടപ്പെട്ടിരുന്നു. നല്ല മാർക്കുമായി വീട്ടിലെത്തുന്ന അവരുടെ കുട്ടികൾ ടൗണിലെ മെച്ചപ്പെട്ട സ്കൂളിൽ പോകണമെന്നാഗ്രഹിച്ചു. അതിനെക്കുറിച്ച് നിർമ്മല സംസാരിച്ചപ്പോൾ കോളജ് ബിരുദമില്ലാത്ത ദിനേശന് 'ചിന്തിക്കാം' എന്നൊരു ഭംഗിവാക്ക് പറയുവാൻപോലുമുള്ള പരിതസ്ഥിതിയായിരുന്നില്ല അപ്പോൾ. പോക്കുവെയിലിൽ പകൽ മുങ്ങിത്താഴുന്ന നേരത്ത് സ്കൂൾബസ്സിൽ വന്നിറങ്ങുന്ന കുട്ടികളെ ആശയോടെ നോക്കി രേണുവും രേഷ്മയും പലപ്പോഴും വേലിക്കരികിൽ നിന്നു.

കുട്ടികളെ നല്ലൊരു സ്കൂളിൽ ചേർക്കണം... സിമന്റു തറയിലെ വിള്ളലുകളിൽ നോക്കി ദിനേശൻ തലചൊറിഞ്ഞാലോചിച്ചു. ജീവിതം തള്ളിയിട്ട വിള്ളലിൽനിന്നും വെളിയിലിറങ്ങാൻ അയാൾ വളരെ പാടുപെടുന്നുണ്ടായിരുന്നു. സൂര്യൻ കിഴക്കുദിച്ച് പടിഞ്ഞാറസ്തമിക്കുന്നതിനിടയിൽ, സത്യങ്ങൾ നിരത്തിയിട്ട് ജീവിതം അയാളെ വിരട്ടി വേദനിപ്പിച്ചു.

പലചരക്കുവാങ്ങുവാൻ കാശുചോദിച്ചപ്പോൾ കടംപറയുവാൻ ദിനേശൻ നിർമ്മലയോട് ആവശ്യപ്പെട്ട ഒരു ദിവസമാണ് സൊറപറഞ്ഞിരിക്കാൻ അയൽവീട്ടിലെ അനിത വന്നത്.

'അമേരിക്കയിൽ ആഷേച്ചിക്ക് ഒരു കൂട്ടുകാരിയുണ്ട്. അവർക്ക് കുട്ടികളില്ലാത്രെ. എത്ര ചികിത്സിച്ചിട്ടും ഒരു ഫലമില്ല. അവരുടെ ഗർഭപാത്രത്തിന് കാര്യമായിട്ടെന്തോ തകരാറുണ്ടെന്ന്.'

അനിത സംസാരിച്ചിരുന്നപ്പോൾ എങ്ങനെ അത്താഴമുണ്ടാക്കും എന്ന ചിന്ത നിർമ്മലയെ അലട്ടുകയായിരുന്നു.

'നിനക്കറിയാമോ, അമേരിക്കേല് ഗർഭപാത്രത്തിന് തകരാറുള്ളോര് ഒരു കുഞ്ഞിനുവേണ്ടി മറ്റു സ്ത്രീകളുടെ ഗർഭപാത്രം വാടകക്കെടുക്കുമെന്ന്.' അവളൊരു ഫലിതം പറയുമ്പോലെ ചിരിച്ചു.

നിർമ്മല ചിരിക്കുവാൻ ശ്രമിച്ചു. പലപല ചിന്തകളിലേക്ക് ചിരി ഒലിച്ചു

പോയി. പിടിച്ചുനിർത്തുവാനാവാതെ ഏതൊക്കെയോ ദിശയിലേക്ക് പാഞ്ഞു പോകുന്ന മനസ്സ്.

വാടകക്കെടുക്കുന്ന ഗർഭപാത്രങ്ങളെക്കുറിച്ച് സംസാരിക്കുവാൻ നിർമ്മല കിടപ്പുമുറിയിലെത്തിയപ്പോഴേക്കും ദിനേശൻ ഉറങ്ങിക്കഴിഞ്ഞിരുന്നു. അ യാളുടെ ഉറക്കം കെടുത്തുവാൻ അവൾ ആഗ്രഹിച്ചില്ല.

പിറ്റേന്ന് ദിനേശനെന്ന ഡ്രൈവറെ അന്വേഷിച്ച് ഒരാൾ എത്തിയപ്പോൾ ദൈവം വേഷം മാറി വന്നതാവുമെന്ന് നിർമ്മലക്ക് തോന്നി. അനിതയുടെ ബന്ധത്തിലുള്ളൊരാൾ ഒരുമാസത്തെ അവധിക്ക് നാട്ടിൽ വന്നിരിക്കുന്നു. അവർക്കൊരു ഡ്രൈവറെ വേണമെന്നറിഞ്ഞപ്പോൾ അനിത പറഞ്ഞുവിട്ട താണ്.

'ഞാനൊരു ഓട്ടോറിക്ഷ വാങ്ങിയാലോ എന്നാലോചിക്കുന്നു. ഒരുവിധം തരക്കേടില്ലാത്ത വരുമാനം ഉണ്ടാക്കുവാൻ സാധിക്കും. പക്ഷെ അതിനുള്ള കാശ്?'

ദിനേശൻ ഒരു ചോദ്യചിഹ്നം പോലെ വളഞ്ഞുനിന്നു. ഡ്രൈവറായി കുറച്ചുദിവസങ്ങൾ ജോലിയെടുത്ത് കുറച്ചുകാശ് കയ്യിൽ വന്നതിന്റെ ആ ത്മധൈര്യത്തിലും ഉണർവ്വിലുമായിരുന്നു ദിനേശൻ.

നിർമ്മല അവളുടെ വെളുത്ത കൈത്തണ്ടയിൽ വിരലുകളോടിച്ചു. ക യ്യിൽ കിടന്ന സ്വർണ്ണവളകൾ വിറ്റ് ദിനേശനെ സഹായിക്കണമെന്ന ആ ശയം മനസ്സിലിട്ട് ഉരുട്ടിയിരുന്ന ഒരു ദിവസമാണ് അനിത വീണ്ടും വന്നത്.

'ആഷേച്ചിയും കുടുംബവും ഈവർഷം ഓണത്തിന് ഒരുമാസം നാട്ടി ലുണ്ടാവും. ഇന്നു രാവിലെ വിളിച്ചിരുന്നു. ഏട്ടന്റെ വീട്ടിൽ ഒരു കാറുണ്ട്. ദിനേശന് ഒരു മാസത്തേക്ക് അവരുടെ ഡ്രൈവറാവാൻ ബുദ്ധിമുട്ടുണ്ടോ? ശമ്പളം എന്തുവേണമെന്ന് ദിനേശൻ തീരുമാനിച്ച് അറിയിച്ചാൽ മതി'.

നിർമ്മല പലതും കിനാവുകണ്ടു. പട്ടിണിയും പരാധീനതയും ഇല്ലാത്ത ദിവസങ്ങളിലേക്ക് ഒഴുകിയെത്തുന്ന ജീവിതം. യൂണിഫോമിട്ട് സ്കൂൾബ സ്സിന് കാത്തുനിൽക്കുന്ന കുട്ടികൾ. അവരുടെ ലഞ്ച്ബോക്സിൽ ഇഷ്ടപ്പെട്ട ഭക്ഷണങ്ങൾ, കാതുകളിൽ ചെറിയ സ്വർണ്ണ ജിമിക്കികൾ. പണം കടം പ റയേണ്ടതില്ലാത്തൊരു ലോകത്തിൽ അവൾ കിലോക്കണക്കിന് സ്വപ്നങ്ങൾ വാങ്ങിക്കൂട്ടി.

'നിന്നോടു ഞാൻ പറഞ്ഞിട്ടില്ലേ ആഷേച്ചിയുടെ മലയാളി കൂട്ടുകാരി യെക്കുറിച്ച്. ഉഷ വിവാഹം കഴിച്ചിരിക്കുന്നത് ഒരു അമേരിക്കൻ സായിപ്പി നെയാണ്. അടുത്തതവണ ചേച്ചിയോടൊപ്പം അവരും ഉണ്ടാവും, സായി പ്പിന് കേരളം വീണ്ടും കാണണമെന്ന്'.

ഒരിക്കലും കണ്ടിട്ടില്ലാത്ത ആ ദമ്പതികളെക്കുറിച്ച് ഒരു സാധാരണ കൗ തുകം അവളിലുളവായി, പ്രത്യേകിച്ച് 'സായിപ്പ്' എന്ന് കേട്ടപ്പോൾ.

'അയാൾക്ക് ഒരു കുട്ടിയെ ദത്തെടുക്കണമെന്നുണ്ട്. പക്ഷെ ഉഷ സമ്മ

തിക്കുന്നില്ല. അവർക്ക് സ്വന്തം രക്തത്തിൽ പിറന്നൊരു കുട്ടി വേണം. അമേരിക്കയിൽ മറ്റുസ്ത്രീകളുടെ ഗർഭപാത്രത്തിൽ സ്വന്തം കുട്ടിയെ വളർത്തുവാൻ വലിയ പ്രതിഫലമാണ് ചോദിക്കുന്നത്.'

ഒന്നാമോണത്തിനും തൃക്കാക്കരയപ്പനോടുമൊപ്പം അനിതയുടെ ചേച്ചിയും കുടുംബവും അവധിക്കെത്തി. പിറ്റേദിവസം തന്നെ ദിനേശൻ അവരുടെ ഡ്രൈവറായി ജോലിതുടങ്ങി. അവർ അനിതയുടെ വീട്ടിലെത്തിയ ദിവസം നിർമ്മലയും കുട്ടികളും അവരെ കാണുവാൻ പോയി. ആഷ കുട്ടികൾക്ക് പല സമ്മാനങ്ങൾ കൊടുത്തപ്പോൾ അവരുടെ കണ്ണിൽ പൂത്തിരി കത്തി. അതുകണ്ട് നിർമ്മലയുടെ മനസ്സിരുണ്ടു. ഇല്ലായ്മ എന്നും അവളെ തളർത്തിയിരുന്നു. വീട്ടിലെത്തിയപ്പോൾ സ്നേഹം കാട്ടി അടുത്തുവന്ന പൂച്ചയെ അവൾ കാലുകൊണ്ട് തട്ടിമാറ്റി. വൈകിട്ട് പ്രേമപൂർവം അടുക്കലേക്ക് നീങ്ങിക്കിടന്ന ദിനേശനോട് ഉറക്കം വരുന്നുവെന്ന ഒഴിവുകഴിവു പറഞ്ഞു.

രേണുവും രേഷ്മയും ആഷ നൽകിയ കളിപ്പാട്ടങ്ങളുമായി കളിച്ചുകൊണ്ടിരിക്കയായിരുന്നു. മുറ്റത്ത് അങ്ങിങ്ങായി കിടന്ന അമേരിക്കൻ ചോക്കളേറ്റുകളുടെ വർണ്ണക്കടലാസുകളെ ചെറിയ ചുവന്ന ഉറുമ്പുകൾ പൊതിഞ്ഞിരുന്നു. നിർമ്മല കുട്ടികൾ കളിക്കുന്നതും നോക്കി അലസമായി അരഭിത്തിയിലിരുന്നപ്പോളാണ് അനിത വന്നത്.

'ഞാനൊരുകാര്യം ചോദിച്ചാൽ ദേഷ്യപ്പെടുമോ?'

അത്ര നിശ്ചയമില്ലാത്തപോലെ അനിത നിർമ്മലയുടെ മുഖത്ത് നോക്കി.

'ആഷേച്ചിയുടെ കൂട്ടുകാരി ഉഷക്കുവേണ്ടി നീ അവരുടെ കുഞ്ഞിനെ നിന്റെ ഗർഭപാത്രത്തിൽ വളർത്താമോ? അവർ കേരളത്തിലുള്ള ഒരു സ്ത്രീയെയാണ് അന്വേഷിക്കുന്നത്. ഇവിടത്തുകാരാവുമ്പോൾ അന്യോന്യം മനസ്സിലാക്കുവാനും തമ്മിൽ ഇടപഴകാനും എളുപ്പമുണ്ടല്ലോ. അപ്പോൾ ഞാൻ നിന്നെയാണ് ഓർത്തത്. നിനക്ക് കുട്ടികളോടുള്ള സ്നേഹവും കരുതലും ഞാനെപ്പോഴും ശ്രദ്ധിക്കാറുണ്ട്. അവർ നല്ലൊരു തുക പ്രതിഫലമായി തരും. നിനക്ക് പണത്തിന്റെ ആവശ്യവും ഉണ്ടല്ലോ.' അരുതാത്തതെന്തോ പറഞ്ഞതുപോലെ അവൾ ചുണ്ടുകൾ കടിച്ചമർത്തി.

ഓർക്കാപ്പുറത്തുള്ള ചോദ്യമായിരുന്നതുകൊണ്ട് നിർമ്മല തരിച്ചിരുന്നു.

'സെറഗെറ്റ് മദേർസ് എന്നാണവരെ വിളിക്കുന്നത്'.

ഭ്രൂണം സെറഗെറ്റ് മദേർസിന്റെ ഗർഭപാത്രത്തിലെത്തുംവരെയുള്ള ഘട്ടങ്ങൾ അവൾ വിവരിച്ചുകൊടുത്തു, ചേച്ചി പറഞ്ഞുകൊടുത്തതാവണം. ഇവിടെ വൈദ്യശാസ്ത്രം സ്രഷ്ടാവാകുന്നു. രതിയുടെ നിർവൃതിയറിയാതെ ഭ്രൂണം ഒരു സ്ഫടികപാത്രത്തിൽ ജനിക്കുന്നു. ദൈവശാസ്ത്രത്തെ മറികടന്ന് ജാതിനോക്കാതെ, മതം മറന്ന് ഭ്രൂണത്തെ പരസ്ത്രീയുടെ ഗർഭപാത്രത്തിലേക്ക് മാറ്റുന്നു. തുടിക്കുന്ന ജീവൻ പൊക്കിൾക്കൊടി വളർത്തി

ഒരു അന്യസ്ത്രീയുടെ ചോരയും ഊർജ്ജവും തന്നിലേക്ക് വലിച്ച് വളർന്നുവലുതാവുന്നു.

എന്നിട്ടൊടുവിൽ കുട്ടി ജനിക്കുമ്പോൾ, കൊച്ചുന്നാളിൽ നാരായണേട്ടൻ മാടക്കടയിലെ കുപ്പിഭരണിയിൽനിന്ന് നാരങ്ങാമുട്ടായി എടുത്തുകൊടുക്കുന്ന ലാഘവത്തോടെ സ്വന്തം മാതാവിന് കൊടുക്കുന്നു- നിർമ്മലക്ക് ആ ഐഡിയയുമായി അത്ര യോജിക്കാനായില്ല.

അന്നു രാത്രി ഉറങ്ങുവാൻ കിടന്നപ്പോൾ വാടകക്കെടുക്കുന്ന ഗർഭപാത്രങ്ങളും നാരായണേട്ടന്റെ കടയിലെ കുപ്പിഭരണിയിലെ മുട്ടായികളും അവളുടെ മനസ്സിലൂടെ പലവട്ടം കടന്നുപോയി. ഉണർന്നു കിടന്നിട്ടും അവൾ പല സ്വപ്നങ്ങൾ കണ്ടു. നാട്ടുവഴിയിലൂടെ പൊടിപടർത്തി പുതിയൊരു ഓട്ടോറിക്ഷ വരുന്നു. സുമുഖനായ ഡ്രൈവറുടെ ചിരി ചന്ദ്രക്കലപോലെ നീണ്ടു മെലിഞ്ഞതായിരുന്നു. അയാളുടെ കുട്ടികൾ യൂണിഫോമിട്ട് സ്കൂൾബസ്സ് കാത്തുനിൽക്കുമ്പോൾ അവരുടെ സംസാരത്തിൽ ഇംഗ്ലീഷ് വാക്കുകളുടെ വഴുവഴുപ്പ്. പകൽവെളിച്ചത്തിൽ അവളുടെ സ്വപ്നങ്ങൾ ഏറെ വ്യക്തമായിരുന്നു. കണ്ട സ്വപ്നങ്ങളത്രയും അവൾക്ക് ഇഷ്ടമായി.

ദിനേശനെ കാര്യങ്ങൾ പറഞ്ഞുധരിപ്പിച്ച് സമ്മതിപ്പിക്കുവാൻ അവൾ വളരെ പ്രയാസപ്പെട്ടു.

'നിന്റെ ഗർഭപാത്രം വാടകക്ക് കൊടുത്തിട്ടുള്ള പണം എനിക്ക് വേണ്ട' ദിനേശൻ തറപ്പിച്ചു പറഞ്ഞു. ഇതിനെ ശരീരത്തിന്റെ കച്ചവട സാദ്ധ്യതകളിൽ ഒന്നായിട്ട് അയാൾ കണ്ടു. ഒടുവിൽ അയാളെ പറഞ്ഞുസമ്മതിപ്പിക്കുമ്പോൾ അകലെയല്ലാത്തൊരു ദിവസത്തിൽ അവരുടെ ജീവിതം തളിർക്കുന്നതു കണ്ടു.

'ഞാൻ ഉഷയെ വിവരം അറിയിച്ചിട്ടുണ്ട്. അവർക്ക് സമ്മതമെങ്കിൽ അധികം താമസിയാതെ അവർ എത്തും.' ആഷ മടങ്ങിപ്പോയി.

നിർമ്മലയുടെ കുടുംബവും വീടിന്റെ ചുറ്റുവട്ടവും ആഷയുടെ മൂവിക്യാമറയിൽ പതിഞ്ഞത് സ്നേഹം നിറഞ്ഞ ഓർമ്മകൾക്കുവേണ്ടിയാണെന്നു മാത്രം നിർമ്മല വിചാരിച്ചു. ദിവസങ്ങൾ കഴിഞ്ഞ് അകലെയുള്ള ഭൂഖണ്ഡത്തിൽ, ഉഷയും മാർക്കും നിർമ്മലയുടെ കുടുംബത്തിനെ ടീവി സ്ക്രീനിൽ കണ്ടു. നിർമ്മലയുടെ വീടിന്റെ വരാന്തയിൽ അവരുടെ കുഞ്ഞ് കൈകാലുകളിട്ടടിക്കുന്നത് ഭാവനയിൽകണ്ട് സ്വന്തം വയറ് തടവി ഉഷ ഊറിച്ചിരിച്ചു. ചെമ്പൻമുടിയും പൂച്ചക്കണ്ണുകളുമുള്ള അമേരിക്കൻ ഭർത്താവ് അവളുടെ പൊക്കിൾച്ചുഴിയിൽ ഇക്കിളിയിട്ടു.

ഞാറുനടുവാൻ ഒരുക്കിയിട്ടിരിക്കുന്നൊരു പുഞ്ചപ്പാടം അങ്ങ്, വിദൂരതയിൽ......

വീടും പരിസരവും നിർമ്മല ആവോളം വൃത്തിയാക്കിയിട്ടിരുന്നു. അന്നൊരു ഞായറാഴ്ച്ചയായിരുന്നതിനാൽ കുട്ടികൾ വീട്ടിലുണ്ടായിരുന്നു. പ്ര

ത്യേക അവസരങ്ങളിൽ മാത്രം ധരിച്ചിരുന്ന ഉടുപ്പുകൾ അമ്മ അവരെ അണിയിച്ചപ്പോൾ എവിടേക്കെങ്കിലും യാത്രയുണ്ടാവും എന്നാണവർ വിചാരിച്ചത്.

'രേണു, രേഷ്മേ, വീട് വൃത്തികേടാക്കരുത്, വിരുന്നുകാരുണ്ട്'

ബാക്കിയാവുന്ന മധുരപലഹാരങ്ങളുടെ സ്വാദ് നാവിന് നേരത്തെ വിട്ടുകൊടുത്ത് അവർ അവരുടെ ഇമാജിനറി സുഹൃത്തുക്കളുമായി കളിയിൽ ഏർപ്പെട്ടു. പ്രത്യേകിച്ചൊരു ജോലിയില്ലാത്തതിനാൽ ദിനേശനും അതിഥികളെ പ്രതീക്ഷിച്ച് വരാന്തയിൽ ഉണ്ടായിരുന്നു. വിശിഷ്ടാതിഥികൾ എത്തുമ്പോൾ കിട്ടുന്ന വറുത്ത മീനിന്റെ മണമില്ലാഞ്ഞിട്ടുതന്നെ അവരുടെ പൂച്ചയിലും ഒരു ഉണർവ്വ് കണ്ടു. ആരും അവളെ ശ്രദ്ധിക്കുന്നില്ലെന്നു കണ്ടപ്പോൾ പൂച്ച കിടപ്പുമുറിയിൽ കളിച്ചുകൊണ്ടിരുന്ന കുട്ടികൾക്ക് കൂട്ടിരുന്നു.

മുറ്റത്ത് മഴവെള്ളം ചെളികലർന്ന് കിടന്നിരുന്നു. വന്നപാടെ ചെരുപ്പഴിച്ച് വരാന്തയിൽ ഇടുവാൻ ശ്രമിച്ച സായിപ്പിന്റെ വെളുത്തുതുടുത്ത കാലിലേക്ക് നിർമ്മല നോക്കി.

'അനിതേ, ചെരുപ്പഴിക്കേണ്ടന്നു പറയു.' അയാളുടെ വെളുത്തുചുവന്ന കാലുകൾക്ക് ഉമ്മറത്തിണ്ണയിലെ പൊടിയും ചവിട്ടുമെത്തയിലെ ചകിരിയും താങ്ങാനാവില്ലെന്നുതോന്നി.

കാപ്പിയും പലഹാരവും കഴിക്കുന്നതിനിടയിൽ അവർ അന്യോന്യം അറിയുവാൻ ആവതും ശ്രമിച്ചു. പോകുവാനിറങ്ങിയപ്പോൾ ദിനേശന്റെ കൈപിടിച്ചു കുലുക്കി 'പിന്നെക്കാണാം' എന്ന് സായിപ്പ് അവ്യക്തമായ മലയാളത്തിൽ പറഞ്ഞു.

ഉഷയുടെ മനസ്സിൽ പലതും വ്യക്തമായിരുന്നു.

'നിന്റെ ശരീരം മറ്റൊരാൾക്ക് വാടകക്ക് കൊടുക്കുന്നതുപോലെ.'

അങ്ങനെ ചിന്തിക്കരുതെന്ന് ദിനേശന്റെ ചുണ്ടത്ത് ചൂണ്ടുവിരൽവെച്ച് നിർമ്മല വിലക്കി.

'ഇത് നമുക്കുകിട്ടുന്ന വാടകപ്പണമല്ല ദിനേശേട്ടാ. കുട്ടികളോടും, ദിനേശേട്ടനോടുമുള്ള എന്റെ സ്നേഹത്തിന്റെ വിലയല്ലേ?' അവൾ ചിരിച്ച് കാര്യം നിസ്സാരമാക്കി.

എല്ലാം തീരുമാനിച്ചുറപ്പിച്ച് കരാറുകളിൽ ഒപ്പിട്ടതിനുശേഷം ഉഷയും മാർക്കും നിർമ്മലയുടെ വീട്ടിലേക്ക് വീണ്ടും വന്നു. ഇത്തവണ ഒരു ചെറിയ പെട്ടിനിറയെ അമേരിക്കൻ സാധനങ്ങൾ. എല്ലാം നേരത്തെ തീരുമാനിച്ചുറപ്പിച്ചിരുന്നതുപോലെ. രേണുവിനും രേഷ്മക്കും പാകമാകുന്ന പലതരം ഉടുപ്പുകൾ, കളിക്കോപ്പുകൾ, ദിനേശന് റ്റീഷർട്ടുകൾ, നിർമ്മലക്ക് പെർഫ്യൂം, കനം കുറഞ്ഞ കൊറേൽ ഡിന്നർപ്ലേറ്റുകൾ. ഇതൊരു തരക്കേടില്ലാത്ത സംഗതിയാണന്ന് നിർമ്മല ചിന്തിക്കാതിരുന്നില്ല. കുട്ടികൾ പിങ്ക് ഞൊറിയുള്ള അമേരിക്കൻ ഉടുപ്പുകളിട്ട് അവരുടേതായൊരു ലോകത്തിലെ രാ

ജകുമാരികളായി കളിതുടർന്നു.

ദിനേശൻ മാത്രം അസ്വസ്ഥനായിക്കണ്ടു. നിർമ്മലയെ ഒരു കച്ചവട ഉരുപ്പടിയാക്കി മാറ്റിയോ എന്നയാൾ ഭയപ്പെട്ടു.

തുടർന്നുള്ള കുറെ ദിവസങ്ങളിൽ അവർ ആശുപത്രി പലതവണ കയറിയിറങ്ങുകയും ഡോക്ടേർസുമായി പല കൂടിക്കാഴ്ചകൾ നടത്തുകയും ചെയ്തു. പടിഞ്ഞാറുനിന്നടിച്ച കായൽക്കാറ്റുപോലും ആകാംക്ഷയോടെ അവിടെയെല്ലാം പരതിനടന്നു. അമ്മക്ക് എന്തോ അസുഖമായതുകൊണ്ടാണ് ആശുപത്രിയിൽ പോവുന്നതെന്ന് രേണു ഭയന്നു. അമ്മക്ക് അസുഖമൊന്നുമില്ലെന്ന് ദിനേശൻ അവളെ പറഞ്ഞു മനസ്സിലാക്കി.

സ്ഫടികപ്പാത്രത്തിൽ ജീവന്റെ കോശങ്ങൾ പെരുത്തു.

നിർമ്മലയുടെ ഗർഭപാത്രത്തിന്റെ വാടക അലമാരക്കുള്ളിലെ ഈർപ്പത്തിൽ തണുത്തിരുന്നപ്പോൾ അവൾ കുറച്ചുദിവസം ആശുപത്രിയിലായിരുന്നു. കുട്ടികളെ സ്കൂളിലേക്ക് അയക്കുവാൻ ധൃതിവെച്ച് തയ്യാറാക്കുമ്പോൾ ഇതൊന്നും വേണ്ടിയിരുന്നില്ലെന്ന് ദിനേശന് തോന്നി.

നിർമ്മല ആശുപത്രി വിടുമ്പോൾ ഉഷയവളെ കെട്ടിപ്പിടിച്ചു.

'എല്ലാം ഇതുവരെ ഭംഗിയായി നടന്നുവല്ലോ, ഞാനിന്ന് അതീവ സന്തോഷവതിയാണ്.'

മാർക്കിനും അവളെ കെട്ടിപ്പിടിച്ച് സന്തോഷം അറിയിക്കണമെന്ന് തോന്നിയെങ്കിലും അത് കേരള സംസ്കാരത്തിന് യോജിക്കില്ലെന്നോർത്ത് നിർമ്മലക്ക് ഹൃദയം തുറന്ന ചിരിമാത്രം നൽകി.

അന്നുരാത്രി ഉറങ്ങുവാൻ കിടന്നപ്പോൾ പണ്ട് സയൻസ് ക്ലാസിൽ പഠിച്ച സെൽ ഡിവിഷനുകൾ ഓർത്തെടുക്കുവാൻ ദിനേശൻ ശ്രമിച്ചു. ദിനേശന് അവളോട് ചേർന്നുകിടക്കുവാൻ സങ്കോചം തോന്നി. അവളിപ്പോൾ വേറാരുടെയോ ആണെന്നൊരു തോന്നൽ.

പുറത്ത് മഴ തകർത്തുപെയ്യുന്നുണ്ടായിരുന്നു. ഈറൻകാറ്റ് മുറിയിലെത്തി കാമത്തോടെ അവളെ തഴുകി. അവൾക്ക് കുളിരുതോന്നി. അയാൾ ഒന്നിളകികിടന്നപ്പോൾ സ്ഥാനംതെറ്റിയ പുതപ്പ്. അവൾ ദിനേശനെ തന്നോടടുപ്പിച്ച് പ്രേമപൂർവ്വം ചുംബിച്ചു.

'ഇന്ന് നിർത്താതെ മഴപെയ്യുന്നതുകൊണ്ടാവണം വാതത്തിന്റെ ശല്യം.' പുതപ്പ് വലിച്ചിട്ട് ദിനേശൻ തിരിഞ്ഞുകിടന്നു.

കാറ്റ് വീശിയടിച്ചു. വഴിവിളക്ക് കെട്ടു. വഴിതെറ്റിവന്ന വെള്ളത്തുള്ളികൾ അവളുടെ ദേഹത്ത് ശിരസ്സറ്റ് വീണു.

മാർക്കിനെയും ഉഷയെയും കാണുമ്പോഴൊക്കെ ദിനേശൻ അസ്വസ്ഥനായി. ആരും അയാളെ ശ്രദ്ധിക്കുന്നതേയില്ല. ഇപ്പോൾ എല്ലാവരുടെയും ശ്രദ്ധ നിർമ്മലയിലാണ്.

ചെക്കപ്പ് മുടക്കരുതെന്നും ദിവസവും വിറ്റാമിൻ കഴിക്കണമെന്നും ഉഷ

പലവട്ടം നിർമ്മലയോട് പറഞ്ഞു. എല്ലാം ശരിയായി നടക്കുന്നുവെന്ന് ഉറപ്പുവരുത്തിയതിനുശേഷം മാർക്കും ഉഷയും അമേരിക്കയിലേക്ക് മടങ്ങി.

ഉറക്കം വരാതെ തിരിഞ്ഞും മറിഞ്ഞും കിടന്ന ചില രാത്രികളിൽ അവൾ മാർക്കിനെയും ഉഷയെയും കുറിച്ച് ചിന്തിച്ചു. മാർക്ക് തൊട്ടടുത്ത് കിടക്കുന്നുവെന്നും അയാളുടെ വെളുത്ത, മസിലു നിറഞ്ഞ, ശരീരമാണ് താൻ സ്പർശിക്കുന്നതെന്നും സങ്കൽപ്പിച്ചപ്പോൾ അവൾക്കു നാണം തോന്നി. നാട്ടിൻപുറത്തിന്റെ നിഷ്കളങ്കതയോടെ വിരൽ കടിച്ചു. ഇരുട്ടായതിനാൽ അവളുടെ മുഖത്തുപരന്ന ഊറിച്ചിരി ദിനേശന് കാണാനാവില്ലെന്നും അയാൾ ഉറക്കമാണെന്നും അവൾ സമാധാനിച്ചു.

നാട്ടിൻപുറത്താകെ മീനമാസച്ചൂടുപോലെ ന്യൂസ് പരന്നു. നാട്ടുകാർ അവളുടെ ഉദരത്തെ കണ്ണുകൾക്കൊണ്ട് കുത്തിനോവിച്ചു. അവളുടെ ഉദ്ദേശ്യശുദ്ധിയെ ചുണ്ടുകൾക്കൊണ്ട് കൊത്തിപ്പറിച്ചു. മെഡിക്കൽ സയൻസിന്റെ യാഥാർത്ഥ്യത്തെ മാറ്റിമറിച്ച് 'സായിപ്പിനോടൊപ്പം ഉറങ്ങിയവൾ' എന്ന് പരിഹസിച്ചു. ഒരുദിവസം അവരുടെ വീടിനുമുന്നിൽ 'വാടകക്ക്' എന്നൊരു ബോർഡുതന്നെ വയ്ക്കുവാൻ ഏതോ കുസൃതിച്ചെറുക്കൻ മടിച്ചില്ല. ദിനേശൻ ആകെ തകരുകയായിരുന്നു.

അനിത അവളുടെ ക്ഷേമം അന്വേഷിച്ച് പലപ്പോഴും വന്നു, അവൾക്കിഷ്ടപ്പെട്ട പച്ചമാങ്ങച്ചമ്മന്തിയുമായി. അല്ലെങ്കിൽ പുളിയിട്ട് വേവിച്ച മീൻകറിയുമായി.

'അമ്മേ, നമുക്കൊരു കുഞ്ഞാവ ഉണ്ടാവാൻ പോവാണോ?' അവളുടെ വീർത്തവയറിൽ രേഷ്മ തടവി. അവളുടെ കണ്ണുകളിലും രേണുവിന്റെ കൈകളിലും സന്ധ്യാവിളക്ക് തെളിഞ്ഞു. അത് അണച്ചു കളയുവാൻ മനസ്സില്ലാതെ നിർമ്മല അതെയെന്നു മാത്രം മറുപടി നിൽകി.

കുട്ടി അവളുടെ വയറിൽ ആഞ്ഞുചവുട്ടുന്നുണ്ടായിരുന്നു. നിർമ്മല രേഷ്മയുടെ കൈകൾ തന്റെ വയറിനോട് ചേർത്തുപിടിച്ചു.

'കുഞ്ഞാവക്ക് നമ്മൾ എന്താ പേരിടുക? രമ്യേന്നുമതി.' പെൺകുട്ടിയാണന്ന് നേരത്തെ അറിഞ്ഞിരുന്നതിനാൽ അവൾ പെൺകുട്ടിയുടെ പേരാണ് തിരഞ്ഞെടുത്തത്.

'ഞാനൊരു കാര്യം പറഞ്ഞാൽ എന്റെ മോള് ശ്രദ്ധിച്ചു കേൾക്കുമോ?' അവൾ രേഷ്മയെ അരികിലേക്ക് ചേർത്തുനിർത്തി.

'ഈ കുഞ്ഞാവയുടെ അച്ഛനും അമ്മേം അങ്ങ് അമേരിക്കയിലാ. അവർ അമ്മയുടെ വയർ കുഞ്ഞാവക്ക് വളരാൻ വാടകക്ക് എടുത്തിരിക്കുകയാ'

അവളുടെ കണ്ണുകളിൽ സംശയത്തിന്റെ നാളങ്ങൾ തെളിഞ്ഞു.

'മോളറിയില്ലേ സുമതി ടീച്ചറിനെ? അവർ അമ്മിണിചിറ്റയുടെ വീട്ടിൽ മുറി വാടകക്ക് എടുത്ത് താമസിക്കുന്നില്ലേ. സുമതിടീച്ചർ സ്കൂൾ പൂട്ടു

മ്പോൾ വീട്ടിലേക്ക് പോവുമ്പോലെ കുഞ്ഞാവ പിറന്നുകഴിയുമ്പോൾ അവളുടെ അച്ഛന്റേം അമ്മേടേം വീട്ടിലേക്ക് പോവും, അങ്ങ് ദൂരെ, അമേരിക്കയിൽ. അതുവരെ ഇവിടെ അമ്മേടെ വയറിനുള്ളിൽ കഴിയും'

'വേണ്ട, അവർക്ക് കൊടുക്കേണ്ട. അപ്പോപിന്നെ നമ്മൾ കുഞ്ഞാവെ കാണുന്നതെങ്ങനയാ?.' അവൾ ചിണുങ്ങി.

'എല്ലാ വർഷവും രേണൂനും രേഷ്മക്കും സ്കൂൾ പൂട്ടുമ്പോൾ കുഞ്ഞാവ നിങ്ങളോടൊപ്പം കളിക്കാൻ ഇങ്ങെത്തില്ലേ?'

ദിനേശനപ്പോൾ മൂടിക്കെട്ടിയ മാനം താഴേക്കിറങ്ങി വന്നതുപോലെ മുറ്റത്ത് നടക്കുകയായിരുന്നു. നിർമ്മല കുട്ടികൾ കാണാതെ കണ്ണുകൾ തുടച്ചു.

എല്ലാം പെട്ടന്ന് മാറ്റിമറിച്ചത് ടീവി ചാനലുകാരാണ്. ഗർഭം ചുമക്കുവാൻ കഴിവില്ലാത്തൊരു മറുനാടൻ മലയാളിസ്ത്രീയെ സഹായിക്കുവാൻ സന്നദ്ധയായ നിർമ്മലയെ ലോകത്തിന് കാണിച്ചുകൊടുക്കുകയെന്നതായിരുന്നു അവരുടെ ഉദ്ദേശ്യം. ഇന്റർവ്യൂ സമയത്ത് നിർമ്മലയുടെ മഹാനമസ്കതയെ അവർ വാനോളം പുകഴ്ത്തി. 'വാടകക്ക്' എന്ന ബോർഡ് വീടിനുമുന്നിൽവെച്ച കുസൃതിച്ചെക്കനും ചാനലുകാരുടെ വാനും ഉപകരണങ്ങളും കാണുവാൻ വീട്ടുമുറ്റത്തുണ്ടായിരുന്നു. അമേരിക്കൻ റ്റീഷർട്ട് ഇട്ട് അവളോടൊപ്പമിരുന്ന ദിനേശൻ, ഭാര്യയുടെ ഈ തീരുമാനത്തിനെ താൻ വളരെയധികം സപ്പോർട്ട് ചെയ്യുന്നുവെന്ന് ടീവിക്കാരോട് തറപ്പിച്ചു പറഞ്ഞു.

പിറ്റേന്ന് പ്രത്യേക ഉന്മേഷത്തോടെയാണ് 'വാടക' കിട്ടിയ പണം കൊണ്ട് വാങ്ങിയ ഓട്ടോറിക്ഷയുമായി ദിനേശൻ സ്റ്റാൻഡിലേക്ക് പോയത്. ജീവിതത്തിലേക്ക് തെളിനീരൊഴുകി.

നിർമ്മലയുടെ പ്രസവസമയം അടുത്തപ്പോൾ കർക്കിടകമാസത്തിന്റെ ഒടുവിൽ ഉഷയും മാർക്കും അമേരിക്കയിൽ നിന്നെത്തി. നിർമ്മലയെ കണ്ടപ്പോൾ ഉഷ അവളെ കെട്ടിപ്പിടിച്ച് അവളുടെ വയറിൽ തടവി കുട്ടിയെ 'എന്റെ മോളേ, സ്വീറ്റി' എന്നു നിർത്താതെ വിളിച്ചു.

അച്ഛന്റെയും അമ്മയുടെയും സാമീപ്യം കൊണ്ടോ അമ്മയുടെ ആദ്യസ്പർശം കൊണ്ടോ കുട്ടി നിർമ്മലയുടെ വയറിൽ ആഞ്ഞുചവുട്ടുന്നുണ്ടായിരുന്നു. ജീവിതത്തിൽ ഇതുവരെ അനുഭവിച്ചിട്ടില്ലാത്തൊരു മാതൃവികാരം ഹോർമോണുകളുടെ സഹായമില്ലാതെ ഉഷ അറിഞ്ഞു. അവളുടെ സ്നേഹവും വികാരവും ഉള്ളിൽനിന്ന് ഒരു ഉറവയായി പൊട്ടി കണ്ണീരായി ഒഴുകി. മാർക്കിനും നിർമ്മലയുടെ വയറിൽതൊട്ട് കുട്ടി അനങ്ങുന്നത് അറിയണമെന്ന ആഗ്രഹമുണ്ടായി. അത് ശരിയല്ല എന്ന് അറിയാവുന്നതിനാൽ ഭാര്യയെ കഴുത്തിലൂടെ കയ്യിട്ട് ചേർത്തുപിടിച്ചു.

'നിർമ്മലേ, മാർക്ക് നിങ്ങളുടെ വയറിൽ തൊട്ട് മോൾ അനങ്ങുന്നത് ഒന്നറിഞ്ഞോട്ടെ?'

അത് ഏതൊരു അച്ഛന്റെയും ആത്മാർഥത നിറഞ്ഞ ആഗ്രഹമാണെന്നും അവകാശമാണെന്നും നിർമ്മലക്ക് തോന്നി.

സ്വന്തം കുഞ്ഞിന്റെ ആദ്യത്തെ സ്പർശം. അയാളുടെ പൂച്ചക്കണ്ണുകളിൽ സന്തോഷത്തിന്റെ നാളങ്ങൾ പുളഞ്ഞു. ചിരിയിൽ മാനത്തെ നക്ഷത്രങ്ങളത്രയും തെളിഞ്ഞു.

വീണ്ടും അനേകം സമ്മാനങ്ങൾ നിർമ്മലയുടെ വീട്ടിലെത്തി. ആകാശം ഇരുണ്ടുമൂടിക്കിടന്നിട്ടും ഇടക്കിടെ വന്നുമറയുന്ന സൂര്യനെപ്പോലെ രേണുവിന്റെയും രേഷ്മയുടെയും മുഖങ്ങൾ തെളിഞ്ഞു.

തിരുവോണത്തിന് ഒരാഴ്ച മുമ്പാണ് അവളെ ആശുപത്രിയിൽ എത്തിച്ചത്. തിരപോലെ അവൾക്കു പ്രസവവേദന വന്നു. തീരത്തിന്റെ അനുവാദം നോക്കാതെ, ഒന്നിനുപുറകെ ഒന്നായി, ഒന്നിനേക്കാൾ വലുപ്പമേറിയ മറ്റൊരു തിര. മാർക്കും ഉഷയും അശുപത്രിയുടെ വെയിറ്റിങ്ങ്റൂമിൽ ആകാംക്ഷയോടെ ഇരുന്നു. വേണ്ടപ്പെട്ടവർ പ്രസവമുറിയിൽ നിൽക്കുവാൻ പ്രോത്സാഹിപ്പിക്കുന്ന അമേരിക്കൻ സമ്പ്രദായം ഇന്ത്യയിലും ഉണ്ടായിരുന്നെങ്കിൽ എന്നവർ ആശിച്ചു. പൊക്കിൾകൊടി മുറിക്കുവാൻ കുഞ്ഞിന്റെ അച്ഛനെ അനുവദിക്കുമായിരുന്നുവെന്ന് മാർക്ക് ഓർത്തു.

കുഞ്ഞിനെ നിർമ്മല കൈകളിലെടുത്തു. അവൾക്ക് കറുത്ത കണ്ണുകളും കറുത്തമുടിയും ഉണ്ടായിരുന്നില്ല. കുഞ്ഞിന്റെ ചെമ്പൻ മുടിയിൽ നിർമ്മല ഉമ്മവച്ചു. കുഞ്ഞുവിരലുകൾ പിടിച്ചു നിവർത്തി. കുഞ്ഞ് അവളെ അഗോളഭാഷയിൽ 'അമ്മേ' എന്നുവിളിച്ചു. അവളുടെ മാംസളമായ മാതൃത്വം കുഞ്ഞിന്റെ വായറിഞ്ഞു. അവളുടെ സ്നേഹം കുഞ്ഞ് വലിച്ചുകുടിച്ചു. അവരുടേതുമാത്രമായ, അവർക്കുമാത്രമായ ധന്യനിമിഷം. നിർമ്മല കരഞ്ഞു. കുഞ്ഞിന്റെ സ്വന്തം അമ്മ ഉഷക്ക് ഒരിക്കലും അനുഭവിക്കാനാവില്ലാത്ത പരിശുദ്ധ നിമിഷം. ജനിതക കോവണി കയറാതെയെത്തിയ മാതൃവികാരങ്ങൾ അവളിൽ വന്നുതുളുമ്പി.

മാർക്കും ഉഷയും മുറിയിലേക്ക് കയറിവന്നു. നിർമ്മല കണ്ണുകൾ തിരുമ്മി വീണ്ടും തുറന്നു. കുഞ്ഞിനെ ഇറുകെപ്പിടിച്ചു.

കുഞ്ഞിന് അമേരിക്കൻ കുഞ്ഞുടുപ്പുകൾ, സോപ്പുകൾ, പൗഡർ. മുറിയിലാകെ അമേരിക്കൻ മണം നിറഞ്ഞുനിന്നു. പരുക്കൻ കോട്ടൺ കുഞ്ഞിനെ നോവിപ്പിക്കുമോയെന്ന് ഭയക്കുമ്പോലെ നിർമ്മലക്കിടുവാൻ മാർദ്ദവമുള്ള അമേരിക്കൻ നൈറ്റികൾ.

'രമ്യ മോളെ'

കുഞ്ഞിന്റെ മൃദുവായ കൈകളിൽ തടവി രേഷ്മ വിളിച്ചു. അവളുടെ ബെർത്ത്സർട്ടിഫിക്കറ്റിൽ ഉഷയും മാർക്കും തിരഞ്ഞെടുത്ത പേരാണ് എഴുതപ്പെടുന്നതെന്ന് അവളോട് പറഞ്ഞില്ല.

മാർക്കും ഉഷയും കുഞ്ഞിന്റെ ശുശ്രൂഷ പരിപൂർണ്ണമായും ഏറ്റെടുത്തു.

ഇതൊക്കെ അവൾ നേരത്തെ പ്രതീക്ഷിച്ചതാണെങ്കിലും ദുഃഖവും നിരാശയും തോന്നി. അവൾ മൗനത്തിലേക്ക് പതിയെ മുങ്ങുകയായിരുന്നു.

'നിർമ്മലേ, നിങ്ങൾക്ക് എപ്പോൾ വേണമെങ്കിലും ഞങ്ങളെ വിളിക്കുവാനുള്ള സ്വാതന്ത്ര്യമുണ്ട്. വിളിക്കുമല്ലോ. കുഞ്ഞിന് രണ്ട് അച്ഛനും അമ്മയും ഉണ്ടെന്ന് വിചാരിച്ചാൽ മതി. എല്ലാത്തിനും വളരെ നന്ദി.' തിരികെ പോവും മുമ്പ് നിർമ്മലയെ കെട്ടിപ്പിടിച്ച് ഉഷ പറഞ്ഞു.

ഉഷയോട് ചോദിച്ചുവാങ്ങിയ കുഞ്ഞുടുപ്പിലെ കുഞ്ഞിന്റെ മണം അവളെ കരയിച്ചു. ഉപയോഗം കഴിഞ്ഞ് ആർക്കും വേണ്ടാതെ വലിച്ചെറിഞ്ഞപ്പോളുടഞ്ഞ പാത്രം പോലെ അവൾ തകർന്നു. ആർക്കും അവളെ വേണ്ട. ഒൻപതിലേറെ മാസങ്ങൾ അവൾ വയറ്റിൽ കൊണ്ടുനടന്ന കുഞ്ഞിനു പോലും.

നാരായണേട്ടന്റെ കടയിൽ കാലിയായ കുപ്പിഭരണികൾ...

സ്നേഹത്തിന്റെ നീര് പിഴിഞ്ഞുകളഞ്ഞിട്ടും കുഞ്ഞിനെ പാലൂട്ടാൻ സമയമായെന്ന് ഇടക്കിടെ ശരീരം ഓർമ്മിപ്പിച്ചു. അവളുടെ മാർദ്ദവമേറിയ അമേരിക്കൻ ഹൗസ്കോട്ടിൽ മാതൃത്വത്തിന്റെ നനവ് പടർന്നു. പലപ്പോഴും ഒറ്റക്കിരിക്കുവാൻ അവൾ ഇഷ്ടപ്പെട്ടു, ഏകാന്തമായൊരു ദ്വീപിലെത്തിയപ്പോൾ തുഴയെറിഞ്ഞ് കളഞ്ഞവളായി. വെറുതെയിരിക്കുമ്പോൾ കരയുവാൻ തോന്നുന്നു. മറ്റ് രണ്ട് പ്രസവത്തിനുശേഷവും ഇല്ലാതിരുന്ന ഒരുതരം മൂകത. ചുറ്റും വലയം സൃഷ്ടിക്കുന്ന മൗനത്തിലേക്ക് മനസ്സ് ആഴ്ന്നു പോവുന്നു.

'നിനക്ക് പോസ്റ്റ്പാർട്ടം ഡിപ്രഷൻ ആയിരിക്കും എന്ന് ആഷേച്ചി പറയുന്നു. നമുക്കൊരു ഡോക്ടറെ കാണാം. പ്രസവത്തിനുശേഷം ഇങ്ങനെ ചിലർക്ക് മൗനം വരുമത്രെ.' അങ്ങനെയാണ് അനിതയോടൊപ്പം ഡോക്ടറെ കണ്ടതും അവൾക്ക് ഗുളികകൾ കുറിച്ചുകിട്ടിയതും.

രേണുവും രേഷ്മയും ടൗണിലെ സ്കൂൾബസ്സിൽ വീട്ടിലെത്തുമ്പോഴേക്കും വളരെ വൈകുന്നു. അവരുടെ സംസാരത്തിൽ അവൾക്ക് മനസ്സിലാവാത്ത പല ഇംഗ്ലീഷ് വാക്കുകൾ.

ദിനേശൻ അയാളുടെ ഓട്ടോറിക്ഷ എന്നും കഴുകിത്തുടച്ചു.

....

ഉഷയുടെ എഴുത്തുകൾ ആദ്യകാലങ്ങളിൽ വന്നിരുന്നു. ചിലപ്പോഴൊക്കെ പോസ്റ്റിൽ ഫോട്ടോകളും ചെറിയ കുറിപ്പുകളും.

ക്രിസ്റ്റീന ഇപ്പോൾ കമഴ്ന്നുവീഴുന്നു, അവൾക്ക് മാർക്കിന്റെ മുടിയും കണ്ണുകളുമാണ്.

ക്രിസ്റ്റീന ഇപ്പോൾ നീന്തിനടക്കുന്നു....

ക്രിസ്റ്റീന പിടിച്ചു നടക്കുവാൻ തുടങ്ങി....

പിന്നെ കുറെനാൾ എല്ലാം നിശബ്ദം.

അവർ മൂന്നാളുടെയും സ്വകാര്യജീവിതത്തിലേക്ക് ഇറങ്ങിച്ചെല്ലുവാൻ മടിച്ച് നിർമ്മലയും ഉഷക്ക് കത്തുകൾ അയച്ചില്ല. അവൾ അവരുടെ ആരുമല്ലല്ലോ...

നിർമ്മല എന്നും കുഞ്ഞിനെക്കുറിച്ച് ഓർത്തു. ഓർമ്മകൾ പൂക്കുന്ന പകലിന്റെ ഏകാന്തതയിൽ കുഞ്ഞിനെ മനസ്സിൽ അടുക്കിപ്പിടിച്ച് കരഞ്ഞു.

പൊന്നിൻ ചിങ്ങം വീണ്ടും വന്നു, ജീവനുള്ള പല ഓർമ്മകളും പേറി.

രേണുവാണ് അവരുടെ തീരുമാനം നിർമ്മലയെ അറിയിച്ചത് 'ഞങ്ങൾക്ക് ഈ വർഷം ഓണക്കോടി വേണ്ട. ആ കാശിന് നമുക്ക് രമ്യേടെ ബേർത്ത്ഡേക്ക് അമേരിക്കേലേക്ക് വിളിക്കാം. രമ്യേടെ വർത്തമാനോം ചിരീം കേക്കാല്ലോ.'

നിർമ്മലയുടെ നെഞ്ചിൽ ആരോ ഭാരമുള്ളതെന്തോ ഇറക്കിവെച്ചതുപോലെ. തൊണ്ടയിൽ എന്തോ വന്നു കുടുങ്ങുന്നു.

പിറന്നാൾ ദിവസം അവർ കാലത്തെഴുന്നേറ്റ് ടെലഫോൺബൂത്തിലേക്ക് പോകുവാൻ തയ്യാറായി. കുട്ടികൾ അൽപ്പം പാകമല്ലാതായിത്തുടങ്ങിയ അമേരിക്കൻ ഉടുപ്പുകൾ ധരിച്ചിരുന്നു.

അൽപ്പം നെഞ്ചിടിപ്പോടെ നിർമ്മല നമ്പർ ഡയൽ ചെയ്തു.

അതിഥികളുടെ സൗകര്യം പ്രമാണിച്ച് ഒരുദിവസം നേരത്തെ, ശനിയാഴ്ച വൈകിട്ട് ക്രിസ്റ്റീനയുടെ ബേർത്ത്ഡെ പാർട്ടി തകൃതിയായി നടക്കുകയായിരുന്നു. അപ്പോഴാണ് ടെലഫോണടിച്ചത്.

'മാർക്ക്, ഇപ്പോൾ ടെലഫോൺ എടുക്കേണ്ട. നാട്ടീന്ന് അച്ഛനും അമ്മയും പിന്നെ വേണ്ടപ്പെട്ടവരെല്ലാം വിളിച്ചുകഴിഞ്ഞു. കോൾ വോയിസ് മെയിലിലേക്ക് പോകട്ടെ. മാർക്ക്, ഹണീ, ഒന്നു വേഗം വരൂ. ഇവിടെ എല്ലാവരും കേക്ക് മുറിക്കുവാൻ വെയ്റ്റ് ചെയ്യുന്നു' - ടെലഫോൺ എടുക്കുവാൻ തുനിഞ്ഞ മാർക്കിനോട് ഉഷ ഉറക്കെ പറഞ്ഞു.

'ഹാപ്പി ബേർത്ത്ഡേ റ്റു യു, ഹാപ്പി ബേർത്ത്ഡേ റ്റു യു ക്രിസ്റ്റീന'. അതിഥികൾ പാടി. പാട്ടിന്റെ വീചികൾ വായുവിലലിയാതെ, മേഘങ്ങളറിയാതെ നിർമ്മലയുടെ കൊച്ചുഗ്രാമത്തിലും എത്തിയിരിക്കണം.

നിർമ്മല റിസീവർ തിരികെ വെച്ച് കുട്ടികളെ നോക്കി. നനവുള്ള സാരിത്തലപ്പുയർത്തി അവൾ കുട്ടികളുടെ കണ്ണുകളും തുടച്ചു.

സമകാലിക മലയാളം വാരിക, 2009 ജൂലായ്

മലമുകളിലെ മാതാവ്

കറുത്ത പുഴപോലെ റോഡ് ഇടക്കിടെ വളഞ്ഞു കിടന്നു. ട്രാഫിക്കുള്ളതിനാൽ ആക്സിലറേറ്ററിലും ബ്രേക്കിലും മാറിമാറി കാലമർന്നു. ഡ്രൈവറുടെ സഹായമില്ലാതെതന്നെ വഴിയറിയാമെന്ന മട്ടിൽ ഈ കാർ എത്രയോ തവണ ഇതേ റോഡിലൂടെ ഓടിയിരിക്കുന്നു, എന്നും ഒരേസമയത്ത്, മിക്കവാറും ഒരേ വേഗത്തിൽ.... ഇന്ന് കരിങ്കല്ലിൽ പണിതിരിക്കുന്ന പള്ളിയോടടുക്കുമ്പോൾ വലത്തോട്ടുള്ള റോഡിലേക്ക് തിരിയണം. കയറ്റം കയറിയാൽ മഗ്നോളിയ മരങ്ങൾ പൂത്തുനിൽക്കുന്ന ഡ്രൈവ് വേ ചെന്നവസാനിക്കുന്ന കെട്ടിടത്തിൽ, നിശബ്ദ വേദനകൾ കടിച്ചമർത്തി, മൗനം മാറാല കെട്ടിയ മനസ്സുമായി മറ്റു കുട്ടികൾക്കൊപ്പം അവനുണ്ടാവും.

അൻപതുദിവസം നോമ്പ്നോക്കി, കുമ്പസാരിച്ച് കുർബാന സ്വീകരിച്ച്, നോമ്പ് അവസാനിക്കുന്നയന്ന് എന്തുതിന്നാലും കുഴപ്പമില്ല എന്ന മട്ടിൽ സമാധാനത്തിന്റെ സന്ദേശവുമായി ഈസ്റ്റർദിവസം എത്തിയത് ഏതാനും ദിവസങ്ങൾക്ക് മുമ്പായിരുന്നു. ഈസ്റ്ററിന്റെ ബാക്കിയായ അലങ്കാരങ്ങൾ, പ്ലാസ്റ്റിക്ക് ഈസ്റ്റർ ബണ്ണികളും പലനിറങ്ങളിലുള്ള പ്ലാസ്റ്റിക്ക് മുട്ടകളും വീടുകൾക്കു മുന്നിലുള്ള ചെറുമരങ്ങളിൽ തൂങ്ങിക്കിടക്കുന്നു. ഈസ്റ്റർ വസന്തത്തിന്റെ വരവിനെ അറിയിക്കുന്നു. വസന്തത്തിന്റെ പ്രതീകമായ ഈസ്റ്റർ ബണ്ണികൾ, ഈസ്റ്റർ മുട്ടകൾ വീടിനുള്ളിലും പുൽത്തകിടികളിലും ഒളിപ്പിച്ചുവെക്കുമെന്നാണ് ഐതിഹ്യം.

ആരോ പിന്നിൽനിന്നും ഡ്രൈവർസീറ്റിൽ ആഞ്ഞ് ചവുട്ടിയോ? തിരിഞ്ഞുനോക്കി. ആരുമില്ല. പിന്നിലത്തെ സീറ്റിൽ ചിതറിക്കിടക്കുന്ന കുറച്ച് പുസ്തകങ്ങളും അവന്റെ ജാക്കറ്റും.

'ആർ വി ദെയർ യെറ്റ്' വീണ്ടും തിരിഞ്ഞുനോക്കാതിരിക്കുവാൻ ശ്രമിച്ചു. ഇല്ല, ജാക്കറ്റ് സംസാരിക്കുകയില്ല. പുസ്തകങ്ങൾ ഒച്ചയില്ലാത്ത ശബ്ദത്തിൽ മാത്രം ആശയവിനിമയം നടത്തുന്നു.

അവന്റെ ആദ്യത്തെ ഈസ്റ്റർ മനസ്സിൽ തെളിഞ്ഞു.'ഹി ഈസ് സോ ക്യൂട്ട്, ഹി ലുക്സ് ജസ്റ്റ് ലൈക്ക് ഹിസ് മാം' ഒക്കത്തിരുന്ന അവനെ നോക്കി ഒരു മദാമ്മ പറഞ്ഞു. കറുത്ത മുടിയും കറുത്ത കണ്ണുകളും മാത്രം ബന്ധങ്ങളുടെ ബയോളജി സ്ഥിരീകരിക്കുന്നു. അവരുടെ കണ്ണുകളിൽ എല്ലാ

ഇന്ത്യക്കാരും ഒരുപോലെ. അവൾ അവരെ നോക്കി ഊറിച്ചിരിച്ചതേയുള്ളൂ. അപരിചിതർക്ക് വിശദീകരണം കൊടുക്കേണ്ടതില്ലല്ലോ. ചോക്കലേറ്റ് അലിഞ്ഞിരുന്ന ചുണ്ടുകൾ കോട്ടി അവനും മദാമ്മയെ നോക്കി ചിരിക്കുവാൻ ശ്രമിച്ചു. റോട്ടറിക്ലബ്ബിന്റെ ഈസ്റ്റർഎഗ്ഗ് ഹണ്ടിങ്ങ് നടന്ന ദിവസമായിരുന്നു അന്ന്. പുൽത്തകിടിയിൽ ഒളിപ്പിച്ചുവെച്ചിരുന്ന ചോക്കലേറ്റ് മുട്ടകൾ കയ്യിലിരുന്ന ചെറിയ ബാസ്ക്കറ്റിൽ അവൻ ശേഖരിച്ചിരുന്നു.

വർഷങ്ങൾക്കുമുമ്പ് ചിൽഡ്രൻസ് സെന്ററിന്റെ മുറ്റത്ത് നിൽക്കുമ്പോൾ തലേദിവസം പെയ്ത മഴയുടെ ഈർപ്പം ചരലിൽ തണുത്തിരുന്നു. മുറിയിൽ കളിത്തൊട്ടിലിൽ ഇരുന്ന അവന്റെ മുഖത്ത് കണ്ണീരിന്റെ നനവുണ്ടായിരുന്നു. അവന്റെ നേരെ നീട്ടിയ കൈകളിലേക്ക് അവന്റെ കൈകളും നീളുകയായിരുന്നു, ജന്മാന്തരങ്ങളായി അടുപ്പമുള്ളതുപോലെ. ആ കൈയ്യിൽ നിന്നാണ് ചോരയൊഴുകി ബോധമറ്റ നിലയിൽ ഏതാനും ദിവസങ്ങൾക്കുമുമ്പ് അവനെ ബാത്ത്റൂമിൽ കണ്ടെത്തിയത്. ഓർക്കുമ്പോൾ മുള്ളുവേലിയിൽ ഇഴഞ്ഞ പാമ്പിനെപ്പോലെ ഹൃദയം നീറുന്നു.

അവൻ പലപ്പോഴും അടച്ചിട്ട മുറിക്കുള്ളിൽ ഇരുന്നപ്പോൾ കൗമാരപ്രായത്തിലെത്തിയ ഏതൊരു ആൺകുട്ടിയെയും പോലെ സ്വകാര്യത തേടിയാണന്നും അകാരണമായുള്ള ദേഷ്യം അവന്റെ പ്രായത്തിന്റെ പ്രതികരണമാണെന്നും അവൾ വിശ്വസിച്ചു. അവൾ വളരുമ്പോൾ ഡിപ്രഷൻ ഉള്ള കുട്ടികൾ അവൾക്ക് അപരിചിതരായിരുന്നു.

മക്കൾ ഓലപ്പന്തുകൾപോലെയാണ്. മെടഞ്ഞെടുക്കാൻ പഠിക്കണം. തറയിലേക്ക് ഉരുട്ടിയെറിഞ്ഞാൽ ഏണുകളും കോണുകളുംകൊണ്ട് ഉദ്ദേശ്യ സ്ഥലത്ത് എത്തിച്ചേരുവാൻ സമയമെടുക്കും. തിരികെയെടുത്ത് വീണ്ടും എറിയുവാൻ അവസരം തരാതെ എവിടെയൊക്കെയോ എത്തിയെന്നും വരാം

സൈഡ് റോഡിലേക്ക് തിരിഞ്ഞ കാർ എന്തോ ആന്തരികപ്രേരണ പോലെ പള്ളിവളപ്പിൽ കയറ്റി. പള്ളിയിൽ നിറഞ്ഞുനിന്ന നിശ്ശബ്ദതയും ആത്മീയതയും അവളെ വിഴുങ്ങി. വിശ്വാസത്തിന്റെയും പ്രതീക്ഷയുടെയും പ്രകാശം ചൊരിഞ്ഞ മെഴുതിരികളുടെ ചൂടേറ്റിട്ടാവാം മാതാവിന്റെ കാലുകൾ ചുവന്നിരിക്കുന്നുവെന്ന് അവൾക്കുതോന്നി. ജീവിതവ്യഥകൾ ചുമക്കുന്ന ചുമലുകൾ താഴ്ത്തി മാതാവിന്റെ കാൽക്കൽ വണങ്ങി. നോമ്പുനോക്കിയ അൻപതുദിവസങ്ങളിലെ ഭക്തിയുടെ ഭാണ്ഡം അവൾ ഇറക്കിവെച്ചു. നീ കാണുന്നില്ലേ എന്റെ ദുഃഖം? ചൂടുള്ള കണ്ണീർ ചോദ്യഭാവത്തിലൊഴുകി. 'എനിക്കൊന്നുമറിയില്ലായിരുന്നു' അവൾ തേങ്ങിക്കരഞ്ഞു.

ആരോ സ്പർശിച്ചു. 'ഗീതേ.' പിടിച്ചെഴുന്നേൽപ്പിച്ച കയ്യിൽ പിടിവിടാതെ മുറുകെപ്പിടിച്ചു. അവർ നടന്നു. വഴിയരികിലെ പൂക്കൾ കടലാസുപൂക്കളെയോർമ്മിപ്പിച്ചു. ഒലീവ് മരങ്ങളിൽ ചെറുപ്രാവുകൾ കുറുകി. മാതാവേ, നീ കാണുന്നില്ലേ എന്റെ ദുഃഖം ഒഴുകിയ കണ്ണീർ- ചോദ്യം ആവർത്തിച്ചു. സംസാരിക്കുവാൻ അവളുടെ ശബ്ദം ഉയർന്നില്ല. മാതാവ് മലമുകളിലേക്ക്

കയറിത്തുടങ്ങി. അവരുടെ നീളമുള്ള മേൽവസ്ത്രത്തിൽ ചവുട്ടാതിരിക്കുവാൻ അവളൽപ്പം പുറകെയായി നടന്നു. ഒരുപക്ഷേ നീയെന്റെ ദുഃഖം കാണുന്നില്ലായിരിക്കാം- അവളുടെ മനസ്സു വായിച്ചറിഞ്ഞതുപോലെ മാതാവ് തിരിഞ്ഞുനോക്കി. കണ്ണുകളിൽ ആർദ്രഭാവത്തോടൊപ്പം ചിരിയുടെ തിളക്കമുണ്ടായിരുന്നു. 'നിന്റെ ദുഃഖം ഞാൻ മനസ്സിലാക്കുന്നു. ഞാനും ഒരു അമ്മയല്ലേ? മുപ്പതിലേറെ വർഷങ്ങൾ ഞാൻ വളർത്തിയ എന്റെ പൊന്നുമകനെ, ദേഹത്ത് ആണികൾ തറച്ച് കുരിശിൽ തൂക്കിയില്ലേ? ഞാനതെല്ലാം കണ്ടുകൊണ്ട് നിസ്സഹായതയോടെ നോക്കി നിന്നില്ലേ?' മാതാവിന്റെ കണ്ണുകളിൽ ഉപ്പുരസം നിറഞ്ഞുതുളുമ്പി.

'അവനൊടുവിൽ വേദന തിന്ന് മരിച്ചു' മാതാവ് തേങ്ങിക്കരഞ്ഞു. 'എല്ലാവരും അവരുടെ ദുഃഖവുമായി എന്റടുത്തെത്തും. എനിക്ക് എന്തെങ്കിലും ദുഃഖമുണ്ടോ എന്ന് അവരാരും ഇന്നുവരെ ചോദിച്ചിട്ടില്ല. എന്റെ പുത്രൻ കാരുണ്യവാനും ദയാശീലനുമായിരുന്നു. എന്റെ പിതാവെ, ഇവർ ചെയ്യുന്നതെന്തെന്ന് ഇവർക്ക് അറിയില്ലാത്തതിനാൽ ഇവരോട് ക്ഷമിക്കേണമെ എന്നവൻ കുരിശിൽ കിടക്കുമ്പോൾ പ്രാർഥിച്ചു. അത്തിപ്പഴത്തിന്റെ കാലമല്ലാതിരുന്നതിനാൽ പഴമില്ലാതിരുന്ന അത്തിമരത്തിനെ മാത്രം ഒരിക്കൽ അവൻ ശപിച്ചു. അത് വിശപ്പുകൊണ്ടായിരുന്നു. ഭൂമിയിൽ പിറന്നാൽ വിശക്കില്ലേ?'

'അമ്മാ, ഐ ആം സോറി. എന്റെ വേദനകളിൽനിന്ന് ഒരു വിടുതൽ മാത്രം ഞാൻ ആഗ്രഹിച്ചു. എന്റെ പ്രവൃത്തി, എന്നെ സ്നേഹിക്കുന്നവരിൽ നിന്നും എന്നേക്കുമായി വിടുവിച്ച് അവരെ വേദനിപ്പിക്കുമന്ന് ഞാൻ ചിന്തിച്ചതേയില്ല. ആ നിമിഷത്തിൽ ഞാൻ എന്റെ കാര്യം മാത്രം നോക്കിയ ഒരു തൻകാര്യക്കാരനായിരുന്നു. പറഞ്ഞറിഞ്ഞ അനാഥത്വവും ഓർമ്മയിൽ തങ്ങാത്ത മാതാപിതാക്കളും ആത്മാവിനെ വ്രണപ്പെടുത്തുമെന്ന് നിങ്ങൾ അറിഞ്ഞില്ല. അംഗീകാരത്തിനുവേണ്ടിയുള്ള എന്റെ ശ്രമങ്ങൾ നിങ്ങൾക്ക് തിരിച്ചറിയാൻ കഴിഞ്ഞില്ല. തകരപ്പാട്ടക്കുള്ളിൽ ഇഴയുന്ന അനേകം പുഴുക്കളിലൊന്നുപോലെ ഞാനും വികാരങ്ങളുടെ വലയത്തിൽനിന്ന് വെളിയിലേക്കിറങ്ങുവാൻ ശ്രമിച്ച് തളർന്നുതുടങ്ങിയത് നിങ്ങൾ കണ്ടില്ല. അമ്മാ, ഐ ആം റിയലി, റിയലി സോറി.' തലേന്ന് ആശുപത്രിയിലെ പുൽത്തകിടിയിൽ നടക്കുമ്പോൾ അവൻ കരഞ്ഞു.

ആത്മഹത്യ പ്രണയംപോലൊരു വികാരമാണ്. നൊമ്പരപ്പെടുന്ന മനസ്സിന് വ്രണപ്പെട്ട ആത്മാവിനോടൊന്നിക്കുവാൻ മോഹം. ശരീരം വെടിഞ്ഞ് മനസ്സ് ആത്മാവിനെ പ്രാപിക്കുന്നു. അലൗകീകമായൊരാനന്ദം.

തരുന്നതിലേറെ അവന് തിരികെ കൊടുത്തു. വാങ്ങാവുന്നതിലേറെ അവൻ വാങ്ങി, സ്നേഹവും ലാളനയും, എല്ലാമെല്ലാം. ആ കൊച്ചുമനസ്സിന്റെ കോണിൽ ഒട്ടിയിരുന്ന അനാഥത്വം അവൾ അറിഞ്ഞില്ല.

'ഒരമ്മയുടെ ദുഃഖമറിയാവുന്ന നീ എന്തുകൊണ്ട് എന്നെ ദുഃഖിപ്പിക്കു

ന്നു? എന്റെ പ്രാർഥന കേൾക്കുന്നില്ല?' ഒരു വീട്ടിൽ നിന്ന് മറ്റൊരു വീട്ടിലേക്ക് അണ്ണാറക്കണ്ണന്റെ വേഗത്തിൽ അവനെക്കുറിച്ച് പരക്കുന്ന വാർത്തകൾ അവൾക്കു സഹിക്കാനായില്ല.

'മനുഷ്യർ തിരഞ്ഞെടുക്കുന്ന വഴികൾ പിന്നീട് ദുഃഖത്തിനിടയാക്കാം. ചില വഴികൾ തിരിഞ്ഞുനടക്കാനാവാത്തവിധം എന്നേക്കുമായി അടയുന്നു. ഭൂമിയിൽ പിറന്ന മനുഷ്യന് ഒന്നും മുൻകൂട്ടി കാണുവാൻ കഴിയില്ലല്ലോ?' മാതാവിന്റെ വാക്കുകൾ കേട്ടപ്പോൾ അവളുടെ ഹൃദയം വീണ്ടും മുള്ളുവേലിയിൽ ഇഴഞ്ഞ പാമ്പായി.

അവൾ കണ്ണുകൾ തുടച്ചു. മാതാവിനടുത്തേക്ക് ചെന്നു. 'മാതാവെ, നിങ്ങളുടെ കണ്ണുനീർ തുടക്കുവാൻ എനിക്ക് യോഗ്യതയില്ല.'

'എനിക്കും നിനക്കും തമ്മിൽ എന്ത് വ്യത്യാസം? കന്യക ഗർഭിണിയായതിന്റെ ഏഷണികൾ ഞാനും കേട്ടതല്ലേ? ഭൂമിയിൽ പിറന്നതിനാൽ ജീവിച്ചിരിക്കും കാലമത്രയും ഭൂമിയിലുള്ള ദുഃഖം നീയും അനുഭവിച്ചേ തീരൂ.' മാതാവിന്റെ കണ്ണുകളിൽ ദുഃഖം തിരയടിച്ചു.

'സ്ത്രീയുടെ മനസ്സിന് ഈ മലയിലെ പാറകളുടെ ഉറപ്പുണ്ടാവണം. സ്ത്രീ, ചൂടേറുന്ന ദിവസങ്ങളിൽ ഒലീവ് വൃക്ഷങ്ങൾക്കിടയിലൂടെ വീശുന്ന കാറ്റിന്റെ ആശ്വാസം പകരണം, ഭൂമിയിൽ നിറഞ്ഞൊഴുകുന്ന വായുവിന്റെ ശാന്തതയുണ്ടാവണം. ജീവിതത്തിൽ അനുഭവങ്ങളുടെ തീച്ചൂളകളും മലമുകളിലെ മഞ്ഞിന്റെ മരവിപ്പും ഉണ്ടാവാം, അതിനാൽ താൻ അബലയെന്നു സ്ത്രീക്ക് പലപ്പോഴും തോന്നും.'

സുനാമിത്തിരകൾ ഒഴുക്കിക്കളഞ്ഞ വേളാങ്കണ്ണി ഭക്തരുടെ മരണം ഭൂമിയിലെ ദുഃഖങ്ങളിൽ ഒന്നായിരുന്നു. യേശുവിനെപ്പോലെ അങ്കിയണിഞ്ഞ്, താടിയും മുടിയും വളർത്തി മരുഭൂമിയിലൂടെ നടന്ന ബിൻലാദനും 'നയൻ ഇലവനിൽ' നിരപരാധികളായ അനേകായിരങ്ങളുടെ മരണവും ഭൂമിയിലെ അനവധി ദുഃഖങ്ങളിൽ പലതായിരുന്നു. ഉത്തരം കിട്ടാതെ കിടന്നിരുന്ന പലചോദ്യങ്ങൾ ഉരുകിയില്ലാതായി.

'നീ പ്രപഞ്ചത്തിൽ നിറഞ്ഞുനിൽക്കുന്ന സർവ്വശക്തിയെ അറിയൂ. എല്ലാം നേരിടാനുള്ള ശക്തി അപ്പോൾ ആർജിക്കും.'

അസ്തമന സൂര്യന്റെ വെളിച്ചത്തിൽ മാതാവിന്റെ മുഖം വീണ്ടും പ്രസന്നമായി. മാതാവ് മലഞ്ചരിവിലൂടെ തിരിച്ചു നടന്നു. ആട്ടിൽപറ്റത്തെ നയിച്ചുകൊണ്ട് ഇടയച്ചെറുക്കന്മാർ മടങ്ങുന്നുണ്ടായിരുന്നു. ഇരുട്ടിത്തുടങ്ങിയതിനാൽ ഇടയന്റെ പിന്നാലെ വഴിയറിഞ്ഞ് അവർ മലയിറങ്ങി.

വാതിൽതുറക്കുന്ന ശബ്ദം കേട്ട് കണ്ണുകൾ തുറന്നപ്പോൾ മെഴുതിരികളുടെ വെളിച്ചത്തിൽ, രൂപക്കൂടിനുള്ളിലെ മാതാവിന്റെ കാലുകൾ കൂടുതൽ ചുവന്നിരിക്കുന്നതായും മുഖം ക്ഷീണിച്ചിരിക്കുന്നതായും അവൾ കണ്ടു.

ദേശാഭിമാനി വാരിക, ഏപ്രിൽ, 2010

പുഴപോലെ

അടുക്കളയിലെ സിങ്കിൽ ടർക്കിയെ കുളിപ്പിച്ച് പേപ്പർടൗവൽ കൊണ്ട് തുടച്ച് കൗണ്ടറിൽ കിടത്തി. വീണ്ടുമൊരു (1)താങ്ക്സ്ഗിവിങ്ങ് കൂടി.

കാലും ചിറകും ഉയർത്തിപ്പിടിച്ച് നിസ്സഹായതയോടെ കൗണ്ടറിൽ കിടക്കുന്ന പക്ഷി. വർഷങ്ങൾക്കുമുമ്പ് കുട്ടികൾ കൈക്കുഞ്ഞുങ്ങളായിരിക്കുമ്പോൾ ഇതേ സിങ്കിൽ അവരെ കുളിപ്പിച്ച് തുവർത്തി കൗണ്ടറിൽ കിടത്തുന്നതോർമ്മവന്നു.

മംഗലം തറവാട്ടിലെ കൊള്ളസംഘമെന്ന് ഞാൻ വിളിക്കുന്ന കുട്ടികൾ വീടുവിട്ടിരിക്കുന്നു. എന്റെ ആരോഗ്യവും പണവും സമാധാനവും കവർന്നെടുത്ത്, അതിലേറെ സന്തോഷം പകർന്നുതന്ന്, അവർ വളർന്നു. മകളെ കോളേജ്ഡോർമിൽ ആക്കി തിരികെ മടങ്ങുമ്പോൾ അവളെ എവിടെയോ ഉപേക്ഷിച്ചിട്ട് പോരുകയാണെന്ന തോന്നൽ. തീറ്റ കൊടുത്ത് വളർത്തുന്ന തിരക്കിൽ ചിറകുകൾ വളർന്നത് കണ്ടില്ല.

'അമ്മയെന്തിനാ കരയുന്നത്? താങ്ക്സ്ഗിവിങ്ങ് ആവുമ്പോഴേക്കും ഞാൻ വീട്ടിലെത്തുകയില്ലേ.' വിടർന്ന കണ്ണുകളുമായി അവളെന്റെ അരികിൽ നിന്നു. അവളുടെ കണ്ണുകളിൽ സ്വാതന്ത്ര്യത്തിന്റെ കൊടിപാറി. അവൾ അകന്നുമാറാൻ ശ്രമിക്കുന്നത് മാതൃത്വത്തിന്റെ നീരാളിപ്പിടുത്തത്തിൽ നിന്നല്ലേ? ഞാൻ എന്നിലേക്ക് അനുകമ്പ ചൊരിഞ്ഞു. എന്റെ മാതൃത്വത്തിന്റെ പരിസരങ്ങളിൽ അവളിന്നും കൊച്ചുകുട്ടി.

കുട്ടികൾ വീടുവിട്ട് സ്വാശ്രയരായിത്തീരുന്നതിൽ ഞാൻ സന്തോഷിക്കയല്ലേ വേണ്ടത്? അവർ പ്രായമായിക്കഴിഞ്ഞ് ഇത്തിൾക്കണ്ണികളായി മാറി

---

(1) താങ്ക്സ്ഗിവിങ്ങ്: വിളവെടുപ്പിനുശേഷം റെഡ്ഇന്ത്യൻസിനുവേണ്ടി അവരോടുള്ള നന്ദിസൂചകമായി അദ്യമൊരുക്കിയ വിരുന്നിന്റെ ഓർമ്മക്കായി അമേരിക്കൻജനത ഇപ്പോഴും നവംബർ മാസത്തിൽ ഒരുക്കുന്ന അത്താഴ വിരുന്ന്.

യെങ്കിലല്ലേ കണ്ണീർ പൊഴിക്കേണ്ടതുള്ളൂ?

സിങ്കിൽ കുട്ടികളെ കുളിപ്പിക്കുന്ന കാര്യം ഒരിക്കൽ പറഞ്ഞപ്പോൾ അമ്മ പൊട്ടിച്ചിരിച്ചു. വെയിലത്തിരിക്കുന്ന ചെമ്പുചട്ടിയിലെ പനിക്കൂർക്ക യിലകൾ ഇട്ട വെള്ളത്തിലേക്ക് എന്റെ ശൈശവത്തെ നനച്ചിറക്കി. എന്റെ ബാല്യകാലസ്മരണകൾ ഒളിച്ചുകളിക്കുന്ന വീട്ടിൽ അമ്മ ഇപ്പോൾ ഒറ്റക്ക് താമസിക്കുന്നു; പരിഭവങ്ങളില്ലാതെ, പരാതികളില്ലാതെ. ഒരു പക്ഷെ അമ്മ ഇഷ്ടപ്പെടുന്നതും ഇങ്ങനെ സ്വതന്ത്രമായൊരു ജീവിതമാണോ? എങ്കിൽ അതൊരു സത്യമായി വന്ന് എന്നെ സന്തോഷിപ്പിക്കാറുണ്ട്. കുറ്റബോധം കൊണ്ടാവാം ആ ചിന്ത ഒരു മിഥ്യയായി വേട്ടയാടി വേദനിപ്പിക്കാറുണ്ട്.

ഫ്ളാറ്റിലെ ജീവിതം അമ്മ വെറുത്തിരുന്നു. നാട്ടിൻപുറത്തെ കരിയും പുകയും നിറഞ്ഞ ജീവിതത്തെ, അമ്മയുടെ നഗരത്തിനോടുള്ള അതേ മ നോഭാവത്തോടെ ഏകമരുമകളും വീക്ഷിച്ചിരുന്നു. എങ്കിലും ഞാൻ ഇട ക്കിടെ ചോദിച്ചു, 'അമ്മക്ക് പ്രദീപിനോടൊപ്പം ടൗണിൽ താമസിച്ചുകൂടെ?'

'എന്റെ മക്കൾ അടുത്തൊക്കെയുണ്ടല്ലോ. എന്തെങ്കിലും ആവശ്യമുണ്ടെ ങ്കിൽ അവർ ഓടി എത്തുകയില്ലേ?'

വാർദ്ധക്യത്തിലും സ്വാശ്രിതയായി ജീവിക്കുവാനുള്ള അമ്മയുടെ ആ ഗ്രഹത്തെ കുറ്റപ്പെടുത്തുവാനാവില്ല. അപ്പൻ മരിച്ചന്നുമുതൽ തിരിഞ്ഞുമ റിയുന്ന കൊന്തമണികളോടൊപ്പം സ്വന്തം വികാരങ്ങളും മോഹങ്ങളും ഉ ള്ളംകയ്യിലമർത്തി തനിച്ച് മക്കളെ വളർത്തിയില്ലേ? അന്നത്തെ വേവലാതി കളെക്കുറിച്ച് വൈകി മാത്രമറിഞ്ഞ ഞാനിപ്പോൾ എന്റെ പേടികൾക്കും കർത്തവ്യബോധങ്ങൾക്കുമിടയിൽ അമ്മയുടെ സ്വാതന്ത്ര്യം ഇല്ലാതാക്ക ണമോ?

എന്നോടൊപ്പം താമസിക്കുവാൻ അമ്മയെ നിർബന്ധിക്കണമെന്ന് ആ ലോചിക്കാറുണ്ട് പക്ഷെ, അടഞ്ഞ വാതിലുകൾക്കു പുറകിലിരുന്ന് വാതം മുളപ്പിക്കുന്ന തണുപ്പിനെ പഴിച്ച്, ചാഞ്ഞും ചെരിഞ്ഞും പെയ്യുന്ന മഞ്ഞി നെ നോക്കി, ആർത്തലച്ചു പെയ്യുന്ന വേനൽ മഴയുടെ ഈറൻ അടിച്ച് അ മ്മയുടെ അവസാന പകലുകളെ ഞാൻ മരവിപ്പിച്ചു കളയണോ?

അടുത്തയിടക്ക് അമ്മ ചോദിച്ചു. 'മക്കൾ കോളേജിൽ എത്തിയില്ലേ, നി നക്ക് നാട്ടിലേക്ക് തിരികെ വന്നുകൂടെ? ഇവിടെ തെക്കേലെ പാപ്പന്റെ വീടും പുരയിടോം, വിൽക്കാനിട്ടിരിക്കുന്നു. പ്രദീപും കെട്ടിയോളും കുടുംബത്ത് താമസിക്കാനെത്തുമ്പോൾ അവർക്ക് ഒരു കൂട്ടാവുകേം ചെയ്യും.'

സ്വച്ഛമായ തടാകത്തിലേക്ക് അമ്മ കല്ലെറിഞ്ഞു. ഒരു പക്ഷെ തനിയെ താമസിച്ച് മടുത്തിരിക്കും.

അറിയാതെ തന്നെ എന്റെ താങ്ങുവേരുകൾ ഈ പുതിയ ഭൂമിയിൽ പ ടർന്നു പോയില്ലെ? എന്റെ ജീവിതം ഇപ്പോൾ എന്റെ കുട്ടികളല്ലേ? അവരെ തനിയെയാക്കിയിട്ട് പോയാൽ? ഒരിക്കൽ ജീവിതം തിരികെ കൊഞ്ഞനം

കുത്തുമ്പോൾ എന്റെ കുട്ടികൾ ഏതെങ്കിലും ഒരു മനഃശാസ്ത്രജ്ഞന്റെ സോഫയിൽ കുഴഞ്ഞ മനസ്സുമായി പറയും-. 'എന്റെ സുരക്ഷിതത്വമില്ലായ്മയുടെയും തകർന്ന ആത്മവിശ്വാസത്തിന്റെയും ഉറവിടം പേരന്റ്സാണ്. അവരെന്നെ തനിയെയാക്കി പോയപ്പോൾ മുതൽ തുടങ്ങിയതാണ് എന്റെ പതർച്ച.'

മനസ്സിന്റെ കറക്കം മതിയാക്കി ടർക്കിയിലാകെ നാരങ്ങാനീരും ഉപ്പും തേച്ചുപിടിപ്പിച്ചു. മസാലകൾ എല്ലാം പൊടിച്ചുചേർത്ത് ടർക്കിയിൽ പുരട്ടി. ഇക്കാലമത്രയും അമേരിക്കൻ ഭൂഖണ്ഡത്തിൽ താമസിച്ചിട്ടും അൽപ്പം എരിയും പുളിയും ഇല്ലാതെ ടർക്കി കഴിക്കുവാനാവില്ലെന്ന് ഓർത്തുചിരിച്ചു.

മസാലപുരണ്ട കയ്യുമായി ഫോണെടുക്കുമ്പോൾ മറുവശത്ത് ഭർത്താവിന്റെ ശബ്ദം 'ഇവിടെയൊരാൾക്ക് വിശപ്പ്, മറ്റൊരാൾക്ക് ദാഹം. എന്തെങ്കിലും കഴിക്കുവാൻ വാങ്ങിക്കൊടുക്കുകയാണിപ്പോൾ. ഹൈവേയിൽ ബാക്ക്ടുബാക്ക് ട്രാഫിക്ക്. എപ്പോൾ വീട്ടിലെത്തുമെന്നറിയില്ല.'

അകലെ കോളജിൽ പഠിക്കുന്ന കുട്ടികളെ താങ്ക്സ്ഗിവിങ്ങിന്റെ അവധിക്ക് വീട്ടിലേക്ക് കൊണ്ടുവരുന്ന ഭർത്താവ്. അമേരിക്കയിൽ കുടിയേറിപ്പാർത്ത പിൽഗ്രിംസ്, വിളവെടുപ്പിനു ശേഷം റെഡ്ഇന്ത്യൻസിനുവേണ്ടി അവരോടുള്ള നന്ദിയും സൗഹൃദവും കാണിക്കുന്നതിന് നടത്തിയ ആദ്യത്തെ വിരുന്നിന്റെ ഓർമ്മക്കായി ഇപ്പോഴും നടത്തുന്ന വിരുന്ന്- താങ്ക്സ് ഗിവിംഗ്. അമേരിക്കൻ കുടുംബങ്ങളിൽ, പൊരിച്ച ടർക്കിയുടെയും മധുരക്കിഴങ്ങിന്റെയും മറവിൽ മറഞ്ഞുപോകുന്ന കുടുംബവൈരാഗ്യങ്ങൾ, ഏറ്റക്കുറച്ചിലുകൾ. പംപ്കിൻ പൈയ്യുടെ മധുരത്തോടൊപ്പം അവർ പൂർവ്വകാലസ്മരണകൾ നുണഞ്ഞിറക്കുന്നു. എന്റെ ഊണുമേശയിൽ, കുടിയേറ്റക്കാരായ എന്റെ കൂട്ടുകാരുടെയും എന്റെയും രസമുകുളങ്ങളുടെ ആശ്വാസത്തിനായി ഒരൽപ്പം പുളിശ്ശേരിയും ചോറും നാളെ കരുതിയിരിക്കും.

പംപ്കിൻ പൈ ഓവനിൽ നിന്ന് എടുക്കുമ്പോഴേക്കും കതക് തള്ളിത്തുറന്ന് അകത്തുകയറുന്ന കുട്ടികളുടെ ആരവം. മോന്റെ കയ്യിൽ ചെറിയൊരു ബാഗ്. നാലു ദിവസത്തേക്ക് നാലിരട്ടി വസ്ത്രങ്ങളും ഷൂസുകളുമായി ഭാരമുള്ള ബാഗുമായി ഏന്തിവലിഞ്ഞ് വരുന്ന മോൾ.

കുട്ടികൾ എന്നെ സ്നേഹത്തിന്റെ സിൽക്കുനൂലുകൊണ്ടു വരിഞ്ഞപ്പോൾ 'ലവ് യു മാം, ഇറ്റ് ഈസ് ഗുഡ് റ്റു ബി ഹോം.'

ആത്മാർഥത തുളുമ്പുന്ന വാക്കുകൾ.

എരിവുള്ള മിക്സ്ചർ കൊറിച്ച് കുട്ടികൾ അവിടെയെല്ലാം ഓടിനടന്നു. ചിക്കൻ കറിയും ചീരത്തോരനും ഡിന്നറിന് ഉണ്ടോയെന്ന് പാത്രങ്ങൾ തുറന്നുനോക്കി. ഇതുവരെ ഉറങ്ങിക്കിടന്ന എന്റെ വീടിന്റെ താരാട്ടു പാട്ട് നിർത്തി, അവർക്ക് ഇഷ്ടമുള്ള പാട്ടുകൾ സ്റ്റീരിയോവിലൂടെ ഒഴുകിവന്നു. മുറിയിൽ അവരുടെ ബുക്കുകൾക്കും ബാഗുകൾക്കുമൊപ്പം സ്നേഹബ

സ്ധങ്ങളും നിരന്നുകിടന്നു.

പിന്നെ സാവധാനം കുട്ടികൾ സെൽഫോണും കമ്പ്യൂട്ടറുമായി അവരുടെ മാളങ്ങളിലേക്ക് ഇഴഞ്ഞുപോയി.

നാട്ടിലേക്ക് ഫോൺ ചെയ്യുമ്പോൾ അവിടെ നേരം പരുപരാ വെളുത്തിട്ടേയുണ്ടായിരുന്നുള്ളു. അസമയത്തുള്ള വിളി അമ്മയെ പരിഭ്രമിപ്പിച്ചുവെന്ന് തോന്നുന്നു.

വീട്ടുവിശേഷങ്ങൾ പുലരിയുടെ പൊൻകിണ്ണത്തിൽ നിരത്തിവച്ച് അമ്മ പറഞ്ഞു 'ഞാനിന്നലെ പ്രദീപിന്റെ വീട്ടീന്ന് പോന്നു. അവിടെ രണ്ടുദിവസം നിന്നപ്പോ ശ്വാസം മുട്ടുന്ന തോന്നൽ. ഇവിടെ എന്റെ നേരത്തിനും സൗകര്യത്തിനുമനുസരിച്ച് ഓരോന്ന് ചെയ്യാല്ലോ'.

വൈധവ്യം ക്രൂരമായി എറിഞ്ഞുകൊടുത്ത സ്വാതന്ത്ര്യം അറിയാതെയെങ്കിലും ഇഷ്ടപ്പെട്ടുപോയത് തെറ്റാണോ? ആ തെറ്റ് അമ്മയുടെ അവകാശമല്ലേ?

ഫോൺ താഴെവയ്ക്കും മുമ്പ് അമ്മ ചോദിക്കാൻ മറന്നില്ല, 'തെക്കേലെ പാപ്പന്റെ വീടും പുരയിടവും വാങ്ങുന്ന കാര്യത്തിൽ തീരുമാനം വല്ലതുമായോ?'

ഭർത്താവ് അടുക്കളയിൽ നിരന്നു കിടക്കുന്ന പാത്രങ്ങൾ എടുത്തുവയ്ക്കുന്ന തിരക്കിലായിരുന്നു.

'പ്രേമേ, നിനക്ക് പാചകം ചെയ്യുമ്പോൾ പാത്രങ്ങൾ ഇങ്ങനെ നിരത്തിയിടണമെന്നുണ്ടോ?' വാക്കുകൾ എന്റെ ചെവിയിൽ വന്നടിക്കാതെ ഗ്രാനൈറ്റ്കൗണ്ടറിൽ വീണുടഞ്ഞു. അരുമയായ ബന്ധങ്ങളുടെ മൃദുലമായ വികാരങ്ങളിലൂടെ ഞാൻ ഒഴുകിനടന്നു.

ഞാൻ ഉറങ്ങുവാൻ തയ്യാറെടുക്കുമ്പോൾ കുട്ടികൾ എങ്ങോട്ടോ പോകുന്നതിനുള്ള ഒരുക്കത്തോടെ താഴേക്കുവന്നു.

' ഇങ്ങോട്ടുവന്നതല്ലേയുള്ളൂ, ഇപ്പോത്തന്നെ കറക്കംവേണോ. ഈ പാതിരാത്രിയിൽ?'

പുറത്തേക്ക് വരുവാൻ വെമ്പിനിന്ന ശാസനയുടെ ചുവയുള്ള വാക്കുകൾ ഞാൻ വിഴുങ്ങി.

കുട്ടികളോട് സ്നേഹപൂർവം പെരുമാറൂ. എങ്കിലല്ലേ വീടുവിട്ടാലും അവർ തിരികെ വരൂ. അമേരിക്കൻ പുടവയണിഞ്ഞ ഇന്ത്യൻ സംസ്കാരം പുലമ്പി.

'ഈ പാതിരാത്രിയിൽ എങ്ങോട്ടാ രണ്ടാളുംകൂടെ? രാവിലെ പോയിക്കൂടെ?' മന്ദഹസിച്ചു ചോദിച്ചു.

'എത്ര നാളായീന്നോ ഞങ്ങൾ കൂട്ടുകാരെ കണ്ടിട്ട്. അവരെല്ലാം താങ്ക്സ്ഗിവിങ്ങിന്റെ അവധിക്ക് വീട്ടിൽ വന്നിട്ടുണ്ട്. അമ്മേ, ഞങ്ങൾ മുതിർന്ന കുട്ടികളല്ലേ? അമ്മയുടെ പേടിയും പരിഭ്രമവും ഞങ്ങളിലേക്ക് പകർന്നു

തരല്ലേ.' അവർ ചിരിച്ചു.

'ലേറ്റായാൽ വിളിക്കാം.'

അവർ വിളിച്ചാലും ഇല്ലെങ്കിലും വെളുപ്പിന് അവർ തിരികെ വരുംവരെ ഞാൻ ഉറങ്ങാതെ കിടക്കുമെന്ന് എനിക്കറിയാം. ഞാനവരെ കെട്ടിപ്പിടിച്ച് യാത്രയയക്കുമ്പോൾ ഓർമ്മിപ്പിച്ചു, 'വൈകിയാൽ വിളിക്കുമല്ലോ?'

ഇരുണ്ട തൊലിയും വെളുത്ത ചിന്തകളുമായി നടക്കുന്ന രണ്ടാം തല മുറ വാതിലടച്ചിറങ്ങി. കുട്ടികൾക്കും അവരുടെ സ്വാതന്ത്ര്യം വേണം. അ ത് അവരുടെ കുഴപ്പമല്ലല്ലോ, അവരെ രണ്ടു സംസ്ക്കാരങ്ങൾക്കിടയിൽ പ്ര സവിച്ചിട്ടത് ഞാനല്ലേ?

പിറ്റെ ദിവസം ഊണുമേശയിൽ നിരത്തേണ്ട ടർക്കിയും അകമ്പടി വിഭ വങ്ങളും മനസ്സിൽ വന്നുമറഞ്ഞു. ടർക്കിയൊരുക്കി, സ്നോ മാറ്റി, ഐസ് ചുരണ്ടി, മനസ്സിൽ സ്വതന്ത്ര ചിന്തകളുമായി ഈ നാട്ടിൽ കഴിയുന്ന ഞാൻ രണ്ടു തലമുറകൾക്കിടയിൽ ഞെരിയുന്ന 'സാൻഡ്‌വിച്ച് ജെനറേഷൻ'

'കുട്ടികൾ കോളജിൽ എത്തിയാൽ നിനക്ക് തിരികെ നാട്ടിലേക്കു വ ന്നുകൂടെ?.' അമ്മയുടെ ശബ്ദം അശരീരിയായി എന്നോടൊപ്പം ബെഡ്റൂ മിലേക്ക് കോവണി കയറി.

ഒരു ദിശയിലേക്കുമാത്രം ഒഴുകുവാനറിയുന്ന പുഴയായി ഞാനൊഴുകി. കുട്ടികളെ ഒരു തുരുത്തിൽ എത്തിക്കുംവരെയെങ്കിലും ഞാനൊഴുകട്ടെ.

പുഴ.കോം, മാർച്ച് 2007.

ശിശിരം

പെട്ടിയിൽ നിന്ന് അപ്പന്റെ വസ്ത്രങ്ങൾ വെളിയിലെടുക്കുമ്പോൾ ഉറഞ്ഞു കൂടിയ ദു:ഖം തൊണ്ടയിൽ കുടുങ്ങിനിന്നു. വേദപുസ്തകവും കൊന്തയും കട്ടിലിനരികിലുള്ള ചെറിയ മേശപ്പുറത്തുവച്ചു. പരിചയമുള്ള വസ്തുക്കൾ അടുത്തുതന്നെയിരിക്കട്ടെ.

ശിശിരകാലം സുഖമുള്ള തണുപ്പുമായി എത്തിയിരുന്നു. പച്ചപ്പ് നഷ്ട പ്പെട്ട് വിടപറയുന്ന ഇലകൾക്ക് ചുവപ്പും മഞ്ഞയും ഓറഞ്ചും നിറങ്ങൾ. കൊഴിഞ്ഞുവീഴുന്ന ഇലകൾ നേഴ്സിങ്ങ്ഹോമിലെ വൃദ്ധസമൂഹത്തെ ഓർ മ്മിപ്പിച്ചു. ഊന്നുവടികളുമായി, വോക്കറുകൾ ഉന്തി, ജീവിതം മുന്നോട്ടിഴ ച്ചുകൊണ്ടുപോകുന്ന വാർദ്ധക്യ കോലങ്ങൾ. ആടിയാടി നടന്ന്, ഒടുവിൽ, മരണം കാത്തിരിക്കുന്നൊരു മൗനക്കുഴിയിലേക്ക്.

അപ്പന്റെ കുഴിഞ്ഞുതാണ കണ്ണുകൾ അകലെയെവിടെയോ ഉടക്കിനിന്നു.

ജീവിതസായാഹ്നത്തിൽ പറിച്ചുമാറ്റപ്പെട്ട പടുമരമായി അപ്പൻ നിന്നു, എന്റെ നിറവേറ്റപ്പെടാത്ത കടമകളുടെയും കർത്തവ്യങ്ങളുടെയും കുറ്റപത്രം വെച്ചുനീട്ടിക്കൊണ്ട്.

വാർദ്ധക്യം ചുഴിമണലാണ്. പുതഞ്ഞ്, ഉള്ളിലേക്കു താഴ്ന്ന്, ചോരയും നീരും വറ്റി നിർജ്ജീവമാകുംവരെ ഈ നേഴ്സിങ്ങ്ഹോമിൽ....

ഓർമ്മകൾ എന്നെ അകലെയുള്ളൊരു ഗ്രാമത്തിലെ ചേറിന്റെ മണമു ള്ള ദിവസങ്ങളിലേക്ക് കൊണ്ടുപോയി. വർഷങ്ങൾക്കുമുമ്പ് അപ്പന്റെ വാ ത്സല്യത്തിന്റെ കരിമ്പടത്തിനുള്ളിൽ ഞാൻ കഴിയുമ്പോൾ........

'നീ ഇവിടത്തെ ചേറിലും ചതുപ്പിലും വളരാൻ പാടില്ല, പഠിച്ച് മിടുക്ക നാവണം.'

വൈദ്യുതക്കമ്പികളിലിരുന്ന് കരയുന്ന കാക്കകളെ പറത്തിയകറ്റിയ ട്രെ യിനിൽ അകലെയുള്ള കോളജിലേക്ക് ഞാൻ യാത്രയായി. ചേറും ചെ ളിയും പോക്കാച്ചിത്തവളകളെയും എനിക്കിഷ്ടമായിരുന്നതിനാൽ തിരികെ വരുമെന്നുറപ്പായിരുന്നു.

എന്റെയിഷ്ടങ്ങൾക്കും അപ്പുറത്തുനിൽക്കുന്ന അപ്പന്റെ പ്രതീക്ഷകൾ.

ഉപരിപഠനാർത്ഥം വിദേശത്തേക്കുള്ള പ്ലെയിൻ കാത്തിരിക്കുമ്പോൾ അപ്പൻ പറഞ്ഞു.

'നീ അവുന്നത്ര പഠിക്കണം.'

അപ്പന്റെ സ്വപ്നത്തിനോടൊപ്പം പേക്കിനാവുകളും വന്നുചേരുമെന്ന് പാവം അറിഞ്ഞില്ല.

അപരിചിതമായ നാട്ടിൽ, നാവിനു വഴങ്ങാത്ത ഭാഷയുമായി ജീവിതാവസാനം കഴിച്ചുകൂട്ടേണ്ടിവരുമെന്ന് ചിന്തിച്ചിരുന്നുവോ?

'ഫാദറിന് ആൽഷൈമേഴ്സാണല്ലേ? കഷ്ടം.'

അധികം പരിചയമില്ലാത്തവരും ചോദിച്ചുതുടങ്ങി.

'വിന്ററിനുമുമ്പായി അപ്പച്ചനെ ഏതെങ്കിലും നേഴ്സിങ്ങ്ഹോമിൽ ആക്കിക്കൂടെ? കഴിഞ്ഞ വിന്ററിൽ ന്യുമോണിയ വന്നപോലെ ഈ വർഷവും വന്നെങ്കിലോ?'

കനമുള്ള ചോദ്യങ്ങൾ കൊണ്ട് സുഹൃത്തുക്കളെന്നെ ചിന്തകളുടെ കടലിലാഴ്ത്തി. കുഴലുകളും കുപ്പികളും ഘടിപ്പിച്ച് ആസ്പത്രിയിൽ കിടന്ന കാഴ്ച ഓർമ്മിപ്പിച്ചു.

അപ്പനെ നേഴ്സിങ്ങ് ഹോമിലേക്കയക്കുക എന്നത് എനിക്ക് ചിന്തിക്കുവാൻകൂടി കഴിഞ്ഞില്ല.

സ്നേഹം മനസ്സുകളുടെ ബന്ധനമാണ്. ശരിയായ തീരുമാനങ്ങൾ എടുക്കാനാവുന്നില്ല.

ഒരു രാത്രിയിൽ വാതിൽതുറന്ന് വെളിയിലിറങ്ങിയ അപ്പൻ ആൽഷൈമേർസിന്റെ ക്രൂരമായ ലോകത്തിലേക്ക് എന്നെ കൊണ്ടുപോയി. അഗാധമായൊരു കിണറിന്റെ അടിത്തട്ടിലെന്നപോലെ, ഓർമ്മകൾ ഇരുണ്ട്, കട്ടപിടിച്ച്, സ്ഥാനം തെറ്റി, സ്ഥലകാലബോധമില്ലാതെ. അവിടെ യുക്തിക്കും കാരുണ്യത്തിനും സ്ഥാനമില്ലായിരുന്നു. പകരം കരുതലും കാടുകയറിയ ചിന്തകളും വന്നുകൂടി. വീടിന് അലാറം പിടിപ്പിച്ചു. രാത്രികാലങ്ങളിൽ മുറി പുറത്തുനിന്ന് പൂട്ടി.

ഒരുദിവസം മുറിയിലേക്ക് ചെന്നപ്പോൾ ചോദിച്ചു:

'നീയേതാ കൊച്ചനെ'?

സ്വന്തം മകനെ തിരിച്ചറിയുവാൻ കഴിയാത്തൊരു അവസ്ഥ. എന്റെയുള്ള് നടുങ്ങി. തലച്ചോറ് ആരോ ഇളക്കിയെടുത്ത് വറചട്ടിയിലിട്ടതുപോലെ പുകഞ്ഞു.

കുട്ടികളുടെ കോളേജ്പഠനം, വീടിന്റെ കടം, കാറുകളുടെ കടം- ഇതെല്ലാം കൂടി എന്നെ മൊത്തത്തിലൊരു കടക്കാരനാക്കിയിരുന്നു. കടങ്ങളും ക്രെഡിറ്റ്കാർഡുകളുമില്ലെങ്കിൽ അമേരിക്കൻ ജീവിതം പൂർണ്ണമാവില്ലല്ലോ. പകൽസമയം അപ്പനു കൂട്ടിരിക്കാൻ മറ്റൊരു മലയാളി വാർദ്ധക്യത്തിനെ വാടകയ്ക്കെടുത്തു.

ഒരുരാത്രി മുറിയിലെ കാർപ്പറ്റിൽ ചവുട്ടിനോക്കിയിട്ട് പറഞ്ഞു

'കൊച്ചൗസേപ്പേ, മുറ്റമാകെ ചെളിനിറഞ്ഞ് പതുപതുത്ത് കിടക്കുന്നു. നീയാ അയ്യപ്പനോട് പറഞ്ഞ് ഒരു വള്ളം മണലിറക്കണം.'

അങ്ങനെ ഞാൻ അപ്പന്റെ കണ്ണിൽ വേറെ ആരോ ആയി. ഞാനെന്ന മകൻ അപ്പന്റെ ഓർമ്മകളിൽ ഇല്ലാതായി എന്ന സത്യം ഏറെ ദുഃഖിപ്പിച്ചു. ഒരുടുപ്പ് ധരിപ്പിക്കുന്ന ലാഘവത്തോടെ ഓർമ്മകളുടെ പുതിയ കുപ്പായം അണിയിക്കുവാൻ സാധിച്ചിരുന്നെങ്കിൽ!

പിറ്റേന്ന് രാവിലെ മുറിയുടെ വാതിൽ തുറക്കുമ്പോൾ മൂത്രത്തിന്റെ ഗന്ധം സഹിക്കാനാവാതെ എന്റെ ഭാര്യ തിരിച്ചുനടന്നു.

ഒരു കാവൽനായയുടെ ജാഗ്രതയോടെ ഞാൻ രക്ഷകർത്താവായി രാത്രിയുറക്കം അപ്പന്റെ മുറിയിലേക്ക് മാറ്റി. വാർദ്ധക്യത്തിന്റെ നിസ്സഹായതയിൽ രണ്ടു തലമുറകൾ അവരുടെ ജീവിതവേഷങ്ങൾ കൈമാറുന്നു.

രാത്രി പുതപ്പിച്ചുറക്കിയ ഇരുട്ടിൽ എനിക്ക് ഉറക്കം വന്നില്ല. ഭാര്യയുടെ ചൂടുപിടിച്ച് അഞ്ചാറുമണിക്കൂർ ഒന്നിച്ചുറങ്ങണമെന്ന് തോന്നിത്തുടങ്ങിയിരുന്നു. ശരീരം കടങ്ങളുടെ കണക്കെടുത്തു. എഴുന്നേറ്റ് ബെഡ്റൂമിലേക്ക് നടന്നു. ഉഷയും ഉറങ്ങാതെ കിടക്കുന്നു. ഇരമ്പിയാർത്ത വികാരങ്ങളൊടുക്കി ഭാര്യയോടൊട്ടിക്കിടന്നപ്പോൾ അവൾ ചോദിച്ചു.

'നമുക്ക് അപ്പച്ചനെ ഹെറിറ്റേജ് നേഴ്സിങ്ങ്ഹോമിൽ ആക്കിക്കൂടേ? അവിടെ പരിചയമുള്ള മലയാളി നേഴ്സുമാരുണ്ട്. അപ്പച്ചന് മലയാളം സംസാരിക്കുകയും ചെയ്യാം.'

നേഴ്സിങ്ങ്ഹോമിനെക്കുറിച്ച് ഞാനും ചിന്തിച്ചുതുടങ്ങി. അപ്പന്റെ രക്ഷകർതൃത്വം മനസ്സിനെയും ശരീരത്തെയും തളർത്തിയിരുന്നു.

'കൊച്ചൗസേപ്പേ, നീയൊന്നുണർന്നേ. നാളെ അയ്യപ്പന്റെ മോൾ അമ്മിണീടെ കല്ല്യാണമാ. നീയവർക്ക് തേങ്ങയോ, നെല്ലോ എന്താണെന്ന് വെച്ചാൽ കൊണ്ടക്കൊട്.'

ഒരു രാത്രിയിൽ ഉറക്കത്തിലായിരുന്ന എന്നെ കുലുക്കിയുണർത്തി പറഞ്ഞു.

അപ്പന്റെ മനസ്സിൽ അമ്മിണിയിപ്പോഴും നനവുള്ള ഒരോർമ്മയായി തങ്ങിനിൽക്കുന്നു. ഉറക്കപ്പിച്ചിനിടയിൽ ഓർമ്മകളുടെ വിളക്കുകൊളുത്തി അമ്മിണിയെ ഞാനും ഉണർത്തി.

വയലിലും തൊടിയിലും അമ്മിണിയും, ഞാനും കായൽക്കാറ്റും കളിച്ചുനടന്ന എന്റെ കുട്ടിക്കാലം. പഴമാങ്ങയോടൊപ്പം പങ്കുവച്ചത് സഹോദരസ്നേഹമായിരുന്നു.

വയലിൽ കൊയ്ത്തു നടക്കുന്ന സമയം. സന്ധ്യക്ക് കച്ചിക്കെട്ടുകൾക്കുപുറകിലേക്ക് നടക്കുമ്പോൾ അപ്പന്റെ കൈകളിൽനിന്ന് സ്വന്തംകൈ വിടുവിച്ചോടുന്ന അമ്മിണിയെയാണ് കണ്ടത്. പൊട്ടിവീണ കുപ്പിവളക്കഷ്

ണങ്ങൾ നേർത്ത വെളിച്ചത്തിൽ ഞാൻ തപ്പിയെടുത്തു. അധികമൊന്നും ചിന്തിക്കുവാൻ അറിവിന്റെ അതിർവരമ്പുകൾ അനുവദിച്ചില്ല. അമ്മിണിയുടെ പതിനെട്ട് വയസ്സ് തുളുമ്പുന്ന ശരീരം മനസ്സിൽ തിരകളുയർത്താൻ ഞാനന്നു കൊച്ചുകുട്ടിയായിരുന്നല്ലോ.

ചായക്കടയിൽനിന്ന് തിരികെ നടക്കുമ്പോൾ അപ്പൻ അധികമൊന്നും സംസാരിച്ചില്ല. വീടിനോടടുത്തപ്പോൾ പറഞ്ഞു.

'അമ്മിണിയും ഞാനും തമ്മിൽ വഴക്കുകൂടിയ കാര്യം മോൻ അമ്മയോട് പറയരുത് കേട്ടോ.'

'ഇല്ല.' ഞാൻ തലയാട്ടി. പപ്പടബോളിയുടെ സ്വാദ് വായിൽ വെള്ളമുതിർത്തപ്പോൾ വാക്കുകൾ ഓളങ്ങൾ ഉണ്ടാക്കുമെന്ന് ഭയന്നു.

വെറുമൊരു സംശയനിവർത്തിക്കായി പിറ്റേന്ന് അമ്മിണിയോട് ചോദിച്ചു.

'അമ്മിണിയെന്തിനാ അപ്പച്ചനുമായി വഴക്കടിച്ചത്?'

'അത് മോന്റെ അപ്പൻ എന്റെ കയ്യേൽ പിടിച്ചതോണ്ടല്ലേ'

'അപ്പൊ ഞാൻ അമ്മിണീടെ കയ്യേൽ പിടിക്കുന്നതോ?'

'മോൻ ചെറിയ കുട്ടിയല്ലേ'

പ്രായത്തിന്റെ ഏറ്റക്കുറച്ചിൽ പ്രവൃത്തികളെ നീതീകരിക്കുമെന്നുള്ളത് പുതിയ അറിവായിരുന്നു. കറുപ്പും വെളുപ്പുമണിഞ്ഞ് പെൻഗ്വിനുകളെ ഓർമ്മിപ്പിക്കുന്ന കന്യാസ്ത്രീകളുടെ സ്കൂളിലെ സുന്ദരിയായ സിസിലിറ്റീച്ചറിനെ മനസ്സിലിരുത്തി കൗമാരം വന്നു. ഗൃഹപാഠം കൊടുക്കുമ്പോൾ അറിഞ്ഞുകൊണ്ട് അവരുടെ വിരലുകളിൽ തൊട്ടു. അറിവിന്റെ ചുരുളുകൾ അഴിയുകയായിരുന്നു. സമയവും സൗകര്യവും ഒത്തുവരുമ്പോൾ പൊന്തിവരുന്ന ദൗർബല്യങ്ങൾ മീശമുളക്കാത്ത എന്നിലുമുണ്ടെന്ന് മനസ്സിലായി.

'ആരാണ് ഈ അമ്മിണി?'

ഒരിക്കൽ ഉഷ ചോദിച്ചു.

'അയൽവക്കത്തുണ്ടായിരുന്ന പെൺകുട്ടി. അവരെനിക്ക് ചേച്ചിയും അപ്പന് മോളുമായിരുന്നു.'

ജീവിതത്തിൽ വളരെയധികം സ്നേഹിച്ച രണ്ടുപേരെക്കുറിച്ച് മറുത്തൊന്നും പറഞ്ഞില്ല.

ആദ്യത്തെ പ്രസവത്തിൽ അമ്മിണി മരിച്ചു. വളരെയധികം കരഞ്ഞ ഒരു ദിവസം.

മരിക്കുമ്പോൾ ആത്മാവും ശരീരവും ഒരേസമയം നഷ്ടപ്പെടുന്നു. അപ്പന്റെ ആത്മാവ് എന്നേ മരിച്ചു, എനിക്ക് അപ്പനെന്ന വികാരം നഷ്ടപ്പെടുത്തിക്കൊണ്ട്. ഓർമ്മകൾ ഊറ്റിയെടുത്ത്, ആത്മാവിനെ വലിച്ചെടുത്ത്, ജീവിതത്തിനും മരണത്തിനും ഇടയിലുള്ള ഏതോ ഒരവസ്ഥയിലാണ് അപ്പനിപ്പോൾ. എനിക്ക് മുഖപരിചയമുള്ള അപരിചിതനോട് ചിലപ്പോൾ ദു:ഖം

പുരണ്ട ദേഷ്യം തോന്നുന്നു. സ്നേഹിക്കുന്നവർ നഷ്ടപ്പെടുമ്പോൾ ഇത്തരം വികാരങ്ങൾ മനസ്സിന്റെ പ്രതിരോധ മാർഗ്ഗമായിരിക്കുമോ?.

പുറത്ത് ശിശിരത്തിലെ കാറ്റ് ചുഴറ്റിയടിച്ചു. പല വർണ്ണങ്ങളിലുള്ള ഇലകൾ കൊഴിഞ്ഞുവീണു. അപ്പൻ അസ്വസ്ഥനായി. പരിചയമില്ലാത്ത മുറി വിട്ട് പുറത്തിറങ്ങി.

'എങ്ങോട്ടാ അപ്പച്ചാ'?

'പാടത്തേക്ക്. കൊച്ചൗസേപ്പേ, പാടത്ത് കൊയ്ത്തു നടക്കുവല്ലേ? നീയിവിടെ നിന്നാൽ മതിയൊ?'

'സാരമില്ല. അൽപ്പം ഇറങ്ങിനടന്നോട്ടെ. ഇവിടെ മതിലുകളുണ്ട്. മേൽനോട്ടത്തിനാളുണ്ട്. ഒന്നും പേടിക്കേണ്ടതില്ല.' 'അധികാരികൾ ഉറപ്പുതന്നു.

'ചാർളി, നീയവസാനം വന്നുവോ?'

ഹാൾവേയിൽ എതിരെ വന്ന വീൽച്ചെയറിൽനിന്ന് ഒരു വൃദ്ധ എന്നെക്കണ്ട് എഴുന്നേൽക്കുവാൻ ഒരു ശ്രമം നടത്തി. ഇതൊന്നും വലിയ കാര്യമല്ലെന്ന മട്ടിൽ വീൽച്ചെയർ ഉന്തുന്ന പെൺകുട്ടി എന്റെനേരെ പുഞ്ചിരിതൂകി.

തിരികെ വീട്ടിലേക്ക് മടങ്ങുമ്പോൾ മനസ്സ് വിങ്ങുകയായിരുന്നു, പ്രിയപ്പെട്ടതെന്തോ എവിടെയോ എറിഞ്ഞുകളഞ്ഞതുപോലെ.

ജീവിതത്തിൽ കർത്തവ്യങ്ങളും കടപ്പാടുകളും സ്നേഹത്തിന്റെ ഭാഗമാണ്. ഇതൊരു ബാദ്ധ്യതയായിത്തീർന്ന് ശരീരവും മനസ്സും തളർന്നാൽ സ്നേഹത്തിന് മങ്ങലേൽക്കുന്നു. അപ്പനോടുള്ള സ്നേഹം എന്റെ മനസ്സിൽ എന്നും തിളങ്ങണം, തെളിനീരായി, കുടിവെള്ളമായി.

വീട്ടിലെത്തിയപ്പോൾ അൽപം ഏകാന്തത തേടി കിടപ്പുമുറിയിൽ കയറി. താഴെ സഹോദരിയുടെയും മകളുടെയും ശബ്ദം. മോൾ കോവണികയറി മുകളിലെത്തി. ഒറ്റച്ചാട്ടത്തിന് എന്റെ ബെഡ്ഡിൽ കയറിയിരുന്നു.

'ഞാൻ ഗ്രാന്റ്പായെ കണ്ടു. എനിക്ക് നാളേം കാണണം.'

പിന്നെ എന്തോ ആലോചിച്ചതിനുശേഷം പറഞ്ഞു

'അങ്കിൾ വയസ്സായി നേഴ്സിങ്ങ്ഹോമിൽ പോവുമ്പോ ഞാൻ കാണാൻ വരാം.'

പുഴ.കോം, 2009.

ഗൃഹലക്ഷ്മി

ഉറക്കച്ചടവുള്ള കണ്ണുകൾ പാതി തുറന്നപ്പോൾ ചുണ്ടിൽ ചുംബനത്തിന്റെ ചൂട്. കരവലയത്തിനുള്ളിൽ അമർന്നപ്പോൾ കാതുകളിൽ മന്ത്രധ്വനി.

'ഹാപ്പി ബേർത്ത്ഡെ ലക്ഷ്മി'

പിന്നെ എന്തെല്ലാമോ കേൾക്കുവാൻ മോഹിച്ചു. പക്ഷെ ഒന്നുമുണ്ടായില്ല. സ്നേഹം ഒരു കിഴിക്കുള്ളിലാക്കി മനസ്സിന്റെ ആഴങ്ങളിൽ എവിടെയോ ഒളിപ്പിച്ചുവച്ചിരിക്കുന്ന ഭർത്താവ്. വല്ലപ്പോഴും എടുത്തുകാട്ടിയാൽ ഞാൻ ആ കിഴി ഒരു നിധിപോലെ സ്വീകരിക്കും. 'പൂവങ്കോഴിപോലെ കൂകി അറിയിക്കുവാനുള്ളതാണോ എന്റെ സ്നേഹ'മെന്ന് ചോദിക്കുമ്പോൾ വാദിക്കുവാൻ ഒരുമ്പെടാറില്ല.

മണിയൊച്ച മുഴങ്ങിയപ്പോൾ അലാറംനിർത്തി എഴുന്നേറ്റു. കുട്ടികളെ കുലുക്കി വിളിച്ചുണർത്തി. സ്കൂൾബസ്സ് കിട്ടാതെപോയാൽ കിടന്നുറങ്ങിയ സ്വെറ്റ്പാന്റ്സ് ധരിച്ച് കുട്ടികളെ സ്കൂളിൽ കൊണ്ടിറക്കുവാൻ വയ്യ. പ്രത്യേകിച്ചും ഇന്ന് എന്റെ പിറന്നാൾ ദിവസമല്ലേ? കാലത്തെഴുന്നേറ്റ് കുളിച്ച് കുറിതൊട്ട് ഭർത്താവിനെ വിളിച്ചുണർത്തി ബെഡ്കോഫി കൊടുക്കേണ്ടവൾ, ഞാൻ, ഗൃഹലക്ഷ്മി.

സ്കൂൾബസ്സിന്റെ ഇരമ്പൽ കേട്ട് പാഞ്ഞിറങ്ങിയ കുട്ടികൾ പറഞ്ഞു,

'ഹാപ്പിബേർത്ത്ഡേ മാം. ഹാവ് എ നൈസ് ഡെ.'

ആശംസകൾ പ്രവൃത്തിയിൽ വരട്ടെ എന്നാഗ്രഹിച്ചു. ഭർത്താവിന്റെ രുചിക്കനുസരിച്ചുള്ള കറികൾ ഉണ്ടാക്കുവാനായി ഒരേവേവുള്ള പച്ചക്കറികൾ ഒരേ വലിപ്പത്തിൽ മുറിച്ചുകൊണ്ട് എന്റെ നല്ല ദിവസത്തിന് തുടക്കമിട്ടു. കുട്ടികൾക്ക് എന്തെങ്കിലും 'നോർമൽ' ഭക്ഷണം ഉണ്ടാക്കണം. ഇന്ത്യൻ ഭക്ഷണമല്ലാത്തതെന്തും അവർക്ക് നോർമൽ.

ഉച്ചയോടടുത്തപ്പോൾ മനസ്സുപറഞ്ഞു, ഇന്നത്തെ നിന്റെ നല്ല ദിവസത്തിന് പതിവുപോലെ ആവർത്തനവിരസത. ശേഷമുള്ള ദിവസമെങ്കിലും ആവർത്തനം ഒഴിവാക്കൂ.

മാളിലൂടെ വെറുതെ കറങ്ങിനടന്നു. സെന്റർകോർട്ടിൽ എന്തോ കലാ

പരിപാടി നടക്കുന്നു. അഴികളിൽ കയ്യൂന്നി പരിപാടികളിൽ മിഴിനട്ട് വെറുതെനിന്നു.

'ഹലോ' ശബ്ദംകേട്ട വശത്തേക്ക് നോക്കി.

ഒരാൾ പരിചയപ്പെടുവാനുള്ള ഒരുക്കത്തോടെ എനിക്കുനേരെ കൈനീട്ടി.

'ഞാൻ ലക്ഷ്മി'

'ഇന്ത്യനാണല്ലേ? ലക്ഷ്മി, നല്ല പേര്. എന്താണതിന്റെ അർത്ഥം?

അയാൾ വെറുതെ വിടുവാനുള്ള ഭാവമില്ല.

'ഐശ്വര്യ ദേവത' മറുപടി നൽകി.

'ലക്ഷ്മി ഡോക്ടറാണോ?'

'അല്ല' ഒറ്റവാക്കിൽ മറുപടി കൊടുത്തു.

ഡോക്ടറാണെങ്കിൽ ഞാൻ ഈ നേരത്ത് മാളിലൂടെ കറങ്ങിനടക്കാതെ വല്ല ആശുപത്രിയിലും ജോലിചെയ്ത് കാശ് ഉണ്ടാക്കില്ലേ മരമണ്ടൂസേ... എന്ന് ചോദിക്കണമെന്ന് തോന്നി.

'മുഷിവ് തോന്നരുത്, ഇന്ത്യയിൽനിന്നും ധാരാളം ഡോക്ടർമാരും എഞ്ചിനീയർമാരും ഇവിടെ വരുന്നതുകൊണ്ട് ചോദിച്ചതാണ്.' അയാൾ തുടർന്നു.

'കമ്പ്യൂട്ടറിനോട് ബന്ധപ്പെട്ട ധാരാളം ജോലികൾ ഇപ്പോൾ നിങ്ങളുടെ നാട്ടിലാണല്ലോ നടക്കുന്നത്? ഞാനും അതേ ഫീൽഡിൽ ആയിരുന്നു. ഇന്ത്യൻ ആൾക്കാരുടെ ബുദ്ധി ഈ നാട്ടിലേക്ക് ഇറക്കുമതി ചെയ്യുവാൻ തുടങ്ങിയതോടെ ജോലിപോയ ഒരു ഹതഭാഗ്യനാണ് ഞാൻ.'

അയാളുടെ ജീവിതപുസ്തകം എന്റെ മുന്നിൽ നിവർത്തിവായിക്കുമോ എന്ന് ഭയപ്പെട്ട ഞാൻ സഹതാപം അയാൾക്കുനേരെ ചൊരിഞ്ഞുകൊടുത്തു.

'ഭാര്യക്ക് ജോലിയുണ്ട്. അതുകൊണ്ട് പിടിച്ചുനിൽക്കുന്നു. വിന്ററിൽ വീട്ടിലിരുന്ന് ബോറടിച്ചു. വാരാന്ത്യത്തിൽ സ്കീയിങ്ങിന് പോകണമെന്നാഗ്രഹമുണ്ട്. അതിന് ഷോപ്പിങ്ങിനിറങ്ങിയതാണ്. ലക്ഷ്മി സ്കീ ചെയ്യുമോ?'

'ഇല്ല' എന്നു ഞാൻ പറഞ്ഞപ്പോൾ സഹതാപം നിഴലിച്ചത് അയാളുടെ മുഖത്തായിരുന്നു.

'പറയുവാൻ വിരോധമില്ലെങ്കിൽ ഞാനൊന്ന് ചോദിച്ചോട്ടേ, ഭർത്താവ് എന്തുചെയ്യുന്നു?'

'ഡോക്ടറാണ്' മറുപടി കൊടുത്തു.

'നല്ല പ്രൊഫഷൻ. ഡോക്ടേർസ് ഭാഗ്യവാന്മാരാണ്. ലോകാന്ത്യം വരെ ഈ ഭൂമിയിൽ രോഗികളുണ്ടാവും.'

ജോലിയില്ലാത്തവന്റെ വാക്കുകൾ.

'ലക്ഷ്മി, വിരോധമില്ലെങ്കിൽ നമുക്കൊരു കപ്പ് കാപ്പികുടിക്കാം?'

എന്റെ ചിരിക്കിപ്പോഴും വശ്യതയുണ്ടെന്നും ആകാരത്തിന് വടിവുണ്ടെ

ന്നും ഓർമ്മിപ്പിക്കുമാറ് ഓർക്കാപ്പുറത്തൊരു ചോദ്യം.

വിരോധമുണ്ടെന്നോ, സങ്കോചമുണ്ടെന്നോ പറഞ്ഞില്ല. സൗഹാർദ്ദം പുരട്ടിയ ചിരിയെറിഞ്ഞു പറഞ്ഞു –'വീട്ടിലെത്താൻ അൽപ്പം തിടുക്കമുണ്ട്.'

ഒരു സുഹൃത്ബന്ധം എനിക്ക് ഞാൻതന്നെ നിഷേധിച്ച് തിരിഞ്ഞുനടക്കുമ്പോൾ–

'ഹാവ് എ നൈസ് ഡേ ലക്ഷ്മി.'

ഞാൻ എഞ്ചിനീയറോ, ഡോക്ടറോ അല്ല. അതിനുമുപരിയായി സ്കീ ചെയ്യുവാനുമറിയില്ല. എങ്കിലും ഞാനിപ്പോൾ വെറും ലക്ഷ്മിയല്ല, ഡോക്ടർ ഭർത്താവുള്ള ഭാഗ്യലക്ഷ്മിയാണ്. എന്നിൽ നിക്ഷിപ്തമായിരിക്കുന്നത് ഒരമ്മയുടെയും ഭാര്യയുടെയും നിസ്സാരവും അതേസമയം സങ്കീർണ്ണവുമായ ജോലിയും കർത്തവ്യങ്ങളും മാത്രം.

'ലക്ഷ്മി, അധികം പ്രതീക്ഷകൾ പാടില്ല, അപ്പോഴല്ലേ നിരാശയുണ്ടാവുക? നിന്റെ സുഖദുഃഖങ്ങളുടെ ഉത്തരവാദി നീ തന്നെ' ഭർത്താവിന്റെ കൂടെക്കൂടെയുള്ള വാക്കുകൾ.

സൂപ്പർമാർക്കറ്റിൽ ഒരു ഡോളറിന് കിട്ടുന്ന അഞ്ച് ഏത്തക്കയെക്കുറിച്ചും ഇന്ത്യൻ കടയിൽനിന്നും വാങ്ങുന്ന തുടുത്ത കോവക്കയെക്കുറിച്ചും എനിക്ക് അതീവമായി സന്തോഷിക്കുവാൻ കഴിയില്ലാത്തത് എന്റെ കുഴപ്പമെന്ന് എന്നെത്തന്നെ ബോധിപ്പിക്കുവാൻ ശ്രമിക്കുന്നു. മനസ്സിനിണങ്ങിയ കൂട്ടുകാരെ തിരയുന്നത് വെറുമൊരു വിനോദമെന്ന് എനിക്ക് തോന്നിയിട്ടില്ല.

എന്റെ ആത്മാവിന്റെ രോദനം എനിക്കെന്നും താരാട്ടാണ്. മനസ്സിന്റെ ദാഹമകറ്റാൻ എവിടെയാണ് തിരയേണ്ടത്? അളവില്ലാത്ത സ്നേഹം മനസ്സിലൂടെ ഒഴുകിയിറങ്ങുമ്പോൾ ആത്മാവിന്റെ ദാഹം സ്വാഭാവികമല്ലേ?

ചുറ്റും നോക്കി. തിരക്കുപിടിച്ച് ഓടിനടക്കുന്ന, സ്വയം സ്നേഹിക്കുന്ന കുറെ മനുഷ്യജീവിതങ്ങൾ. ഓട്ടത്തിന്റെ അന്ത്യത്തിൽ തളരുമ്പോൾ ഏതോ ഒരു നേഴ്സിങ്ങ്ഹോമിൽ എരിഞ്ഞുതീരുന്ന ജീവിതം. ഇന്നെന്റെ ബേർത്ത്ഡെയാണ്. ആ വൃദ്ധസദനത്തിലേക്ക് ഒരുവർഷം കൂടി അടുത്തിരിക്കുന്നു.

പെർഫ്യൂം കടയിൽ പൈസകൊടുത്തുകഴിഞ്ഞ് വാച്ചിലേക്ക് നോക്കിയപ്പോൾ നേരം ഒരുപാടായെന്ന് മനസ്സിലായി.

ഭർത്താവ് നേരത്തെ വീട്ടിലെത്തിയിരിക്കുന്നു. എന്റെ പിറന്നാൾ പ്രമാണിച്ച് രോഗികൾ അവധിയിലാണോ?

കുട്ടികൾ ഓടിവന്ന് കെട്ടിപ്പിടിച്ചു.

'അമ്മ എന്തേ വരുവാൻ വൈകുന്നതെന്നു ചിന്തിച്ച് ഞങ്ങൾ ആകെ വിഷമിച്ചിരിക്കയായിരുന്നു.'

'ലക്ഷ്മി, നിനക്കൊന്ന് ഫോൺ ചെയ്യാമായിരുന്നില്ലേ? കയ്യിലുള്ള സെ

ൽഫോൺ ഓണാക്കിയിട്ടുകൂടേ? വെറുതെയെല്ലാവരെയും വിഷമിപ്പിച്ചതെന്തിനാ? നിന്റെ പിറന്നാൾ പ്രമാണിച്ച് ഡിന്നറിന് പുറത്തു പോകാമെന്നു കരുതി പേഷ്യൻസിനെ വൈകി എടുത്തില്ല.'

ആ കണ്ണുകളിലെ പരിഭ്രമം കെട്ടടങ്ങിത്തുടങ്ങിയിരുന്നു. മുഖത്ത് ഞാനിതുവരെ കണ്ടിട്ടില്ലാത്ത ഒരു ആർദ്രത.

സങ്കീർണ്ണമല്ലാത്ത, കടമകൾ ഇല്ലാത്ത ഒരു ലോകത്തിലൂടെയുള്ള ഇന്നത്തെ എന്റെ നല്ല ദിവസത്തിന്റെ അന്ത്യത്തിൽ എന്നിലെ ഗൃഹലക്ഷ്മിക്ക് കുറ്റബോധം തോന്നി.

ഇരുളിന്റെ പുതപ്പണിഞ്ഞ മുറിയിൽ, എന്റെ കാതുകളിൽ മന്ത്രധ്വനി മുഴങ്ങി 'ഹാപ്പി ബേർത്ത് ഡേ ലക്ഷ്മി. നീയിന്നെന്നെ വളരെ പേടിപ്പിച്ചു വല്ലോ'

ഞാൻ ആ കരവലയത്തിലൊതുങ്ങി.

'നല്ല സുഗന്ധം, ഏത് പെർഫ്യൂമാണ്?

സ്നേഹത്തിന്റെ തീർത്ഥജലം ഭർത്താവ് എനിക്ക് വെച്ചുനീട്ടി. ആത്മാവിന്റെ ദാഹമകറ്റുന്ന തെളിനീര് ഞാൻ രുചിച്ചറിഞ്ഞു.

കുങ്കുമം, ജനുവരി 2007

ഇന്നലകളുടെ മരണം

ഭാര്യയുടെ വക്കീൽനോട്ടീസു കിട്ടിയ ദിവസംതന്നെ സുനിതയുടെ ഭർത്താവിന്റെ മരണവിവരം അറിഞ്ഞു. സുഹൃത്ത് ഫോണിൽ മെസ്സേജ് ഇട്ടിരുന്നു. നേരിയ സന്തോഷത്തിൽ ചിന്തകളാടിയപ്പോൾ ശരിയല്ലെന്ന് മനസ്സുപറഞ്ഞു.

ശരിയും തെറ്റും വേർതിരിച്ചറിയുവാനുള്ള സമനില അപ്പോൾ ഉണ്ടായിരുന്നുവോ? ഒന്നു മാത്രം വ്യക്തമായിരുന്നു, ഭാര്യയുടെ ജീവിതത്തിൽ നിന്നും ഇറങ്ങിപ്പോകുവാൻ ആവശ്യപ്പെട്ടുകൊണ്ട് വക്കീൽനോട്ടീസ് കിട്ടിയിരിക്കുന്നു. ജീവിതത്തിൽ നേടിയതും സമ്പാദിച്ചതുമെല്ലാം ഭാഗിച്ചു കൊണ്ടൊരു വിവാഹമോചനം. കുട്ടികൾ ഇല്ലാത്തത് ഒരുവിധത്തിൽ നന്നായി. അമ്മയുടെയും അച്ഛന്റെയും സ്നേഹം പകുത്തെടുത്ത് സന്ദർശനങ്ങൾ തുല്യമായി വീതിച്ചുകൊണ്ടുള്ള ജീവിതം അവരുടെ സ്വന്തമായേനെ. അവർക്ക് പ്രായപൂർത്തിയാവുംവരെ രണ്ടു രക്ഷാകർത്താക്കൾക്കിടയിൽ ഞാണിന്മേൽക്കളി നടത്തുന്ന വാരാന്ത്യങ്ങൾ.

കൂട്ടിയിട്ടും കിഴിച്ചിട്ടും പൂജ്യത്തിലവസാനിച്ച ബന്ധം. വ്യത്യസ്ത സംസ്കാരങ്ങളുടെ ഇടച്ചിൽ, പരമ്പരകളുടെ വൈരുദ്ധ്യം, തുല്യതയ്ക്കുവേണ്ടിയുള്ള മത്സരം- എല്ലാം എന്റെ കണക്കുകൂട്ടലിനും അപ്പുറമായിരുന്നു.

ദു:ഖത്തിന്റെ കനൽ കെട്ടടങ്ങി ചാരം ശേഷിച്ച മനസ്സിൽ മരവിപ്പുമാത്രം. സമയത്തിൽ അഞ്ചുമണിക്കൂർ പിന്നിലായ സുഹൃത്തിനെ വിളിക്കുമ്പോൾ അകാംക്ഷ പൊന്തുന്നുണ്ടായിരുന്നു.

'ഹാർട്ട്അറ്റാക്ക് ആയിരുന്നു. സുനിത വല്ലാത്ത ഷോക്കിലാണ്.'

വർഷങ്ങൾക്കുമുമ്പ് ഇതുപോലൊരു സന്ധ്യയിൽ അവനെന്നെ വിളിച്ചു പറഞ്ഞു. 'നീ വിശ്വസിക്കൂല്ല, ട്രെയിനിൽവെച്ച് ഞാൻ സുനിതയെ കണ്ടു. അവൾ കുടുംബത്തോടൊപ്പം ന്യൂയോർക്ക് സിറ്റിയിൽ താമസിക്കുന്നു.'

അപ്പോഴേക്കും ജീവിതപ്പച്ചയിൽ മേഞ്ഞുനടന്ന് ഞാനൊരു ബ്രിട്ടീഷ് കൂട്ടുകാരിയെ കണ്ടെത്തിയിരുന്നു. ഏകാന്തത എന്നെ വീർപ്പുമുട്ടിച്ചിരുന്നു.

അധരങ്ങളിൽ ഊറിക്കൂടിയ പ്രേമത്തിന്റെ ഊഷ്മളതയിൽ ക്രിസ്റ്റീന പറഞ്ഞു, 'നമുക്കീ ജന്മം ഒന്നിച്ചു ജീവിച്ചു തീർക്കണം. നല്ലൊരു ഭാര്യയാകുവാൻ ഞാൻ ശ്രമിക്കും.'

അവൾ ഇന്ത്യൻ വസ്ത്രങ്ങൾ അണിഞ്ഞു. ഇന്ത്യൻ ഭക്ഷണം ഇഷ്ടപ്പെടുവാൻ ശ്രമിച്ചു.

കാലം കഴിഞ്ഞപ്പോൾ കൊതിയും രുചിയും രണ്ടാണെന്നു ഞങ്ങൾ തിരിച്ചറിഞ്ഞു. ഞാൻ വീട്ടുകാരനും അവൾ വിരുന്നുകാരിയുമായി മാറിയ ബന്ധം ഉലഞ്ഞു.

അസ്ഥിത്തറവിട്ട് ഓർമ്മകൾ എന്നെത്തേടിവന്നു. ഉറക്കം കെടുത്തി വവ്വാലുകളെപ്പോലെ തലക്കുമുകളിൽ തൂങ്ങിക്കിടന്നു. കയ്യും കാലും വളർന്ന് സ്ത്രീരൂപങ്ങളായി.

പൗരാണികത മണക്കുന്ന വീടിന്റെ പൂമുഖത്ത് കാരണവന്മാരുടെ പടങ്ങളുടെയും കലമാൻ കൊമ്പുകളുടെയും ചുവട്ടിൽ നിന്നുകൊണ്ട് അമ്മ തീർത്തു പറയുന്നു

'ഒരു ഹിന്ദുപ്പെണ്ണിനെയും കൊണ്ട് ഈ വീടിന്റെ പടി ചവിട്ടാൻ ഞാൻ സമ്മതിക്കില്ല.'

അമ്മയെന്ന വാക്കിന്റെ അർത്ഥവും അടുപ്പവും അന്നെനിക്ക് നഷ്ടപ്പെട്ടു. പിന്നീടൊരിക്കലും ഞാനവയെ തേടിപ്പോയതുമില്ല.

മനുഷ്യനെ മനുഷ്യനായി കാണാതെ വിശ്വാസത്തിന്റെ പേരിൽ തരംതിരിക്കുന്ന മതത്തിനെ ഞാൻ വെറുത്തു. മതങ്ങളില്ലാതെ, മനുഷ്യർ മാത്രമുള്ളൊരു ലോകത്തിലേക്കു പോകുവാൻ ശ്രമിച്ചപ്പോൾ സമുദായവും അമ്മയും എന്റെ ചുറ്റും കന്മതിൽ കെട്ടി.

'വരുംതലമുറക്കുവേണ്ടി നിനക്കീ അതിരുകളും വിലക്കുകളും നന്ന്' അവരെന്നോട് പറഞ്ഞു.

'സ്നേഹമാണെന്റെ മതം. നിന്നിലാണെന്റെ വിശ്വാസം. നമുക്ക് എവിടേക്കെങ്കിലും ഓടിപ്പോവാം' സുനിത കരയുകയായിരുന്നു.

കിടന്നുറങ്ങിയ മെത്തയേക്കാൾ മൃദുലമായിരുന്നു എന്റെ നട്ടെല്ലെന്ന് ലജ്ജയോടെയോർത്തു.

ഓർമ്മകൾ ആളിപ്പടരുന്നു. മനസ്സ് വേവുന്നു.

തകർന്ന ദാമ്പത്യത്തിന്റെ നാന്ദിയായി സ്വന്തം വീട്ടിൽനിന്നും ഇറങ്ങിപ്പോരുമ്പോൾ ജീവിതം പരിഹാസത്തോടെ നോക്കി. നിനക്കിതു വരണം. മതത്തിന്റെ പേരിൽ പണ്ടൊരു പെൺകുട്ടിയെ നീ വേദനിപ്പിച്ചില്ലേ? സ്നേഹിക്കുന്നവരെ വേദനിപ്പിക്കണമെന്നും വിശ്വസിക്കുന്നവരെ വഞ്ചിക്കണമെന്നും ഒരു ദൈവവും പറഞ്ഞിട്ടില്ലല്ലോ. നീയിപ്പോഴും ഒരു ഭീരു, ദുഃഖിക്കുന്നവളെ ആശ്വസിപ്പിക്കുന്നില്ല.

ലണ്ടനിൽ ചന്നംപിന്നം മഴപെയ്യുന്ന ഒരുദിവസം ഞാൻ സുനിതയെ

ഫോണിൽ വിളിച്ചു.

'ഇത് ആന്റണി'

സുനിതയാണെന്ന് ഉറപ്പുവരുത്തിയതിനുശേഷം പറഞ്ഞപ്പോൾ അവളുടെ ശബ്ദത്തിൽ ആശ്ചര്യം.

'വിവരങ്ങൾ അറിഞ്ഞു'.

കരച്ചിലിൽ അവസാനിച്ച സംഭാഷണം. ഞാൻ അവസാനമായി കേട്ട, വർഷങ്ങളുടെ പഴക്കമുള്ള കരച്ചിൽ.

എന്തൊക്കെയോ പറയണമെന്നുണ്ടായിരുന്നു, ആശ്വസിപ്പിക്കണമെന്നുണ്ടായിരുന്നു. പശ്ചാത്താപം മുന്നിൽ പാറകളായി ഉയർന്നു. വാക്കുകൾ പാറക്കെട്ടുകളിൽ തട്ടി പിന്നോട്ടുമറിഞ്ഞു. ഒന്നിനും കഴിയാതെ വന്നപ്പോൾ പറഞ്ഞു.

'പിന്നീടു വിളിക്കാം.'

വിവാഹമോചനത്തിനുശേഷം എന്റേതെന്ന് അവകാശപ്പെട്ടതെല്ലാം എടുത്തുകൊണ്ട് അവസാനമായി വീടുവിട്ടിറങ്ങിയപ്പോൾ ക്രിസ്റ്റീന പറഞ്ഞു.

'നമ്മൾ രണ്ടാളുടെയും സംസ്കാരങ്ങൾക്കിടയിൽ ഭൂഖണ്ഡങ്ങളുടെ വിടവുണ്ടായിരുന്നു. അതുകൊണ്ടായിരിക്കാം വികാരങ്ങൾ കുത്തിയൊലിച്ച് ബന്ധങ്ങൾ ഉറച്ചുനിൽക്കാതെ പോയത്.'

കണ്ണിൽ നനവിന്റെ തിളക്കം. യാത്രപറയുമ്പോലെ അവളെന്റെ നെറുകയിൽ ചുംബിച്ചു. വളരെ നാളുകൾക്കുശേഷം ഞാൻ അമ്മയെ ഓർത്തു. അടുത്ത തലമുറയെ സൃഷ്ടിക്കാതിരുന്ന ഞങ്ങളുടെ ജീവിതത്തെ ഓർത്തു. അമ്മ കെട്ടിയ കൻമതിലുകൾ എനിക്കൊന്നും നേടിത്തന്നില്ല. ഓർമ്മകൾ സൂചിമുനകളായി കുത്തിനോവിച്ചു.

എല്ലാം ഒരു നിമിത്തമെന്ന് സ്വയം ബോദ്ധ്യപ്പെടുത്തി. ഞാൻ വീണ്ടും ഏകനും സ്വതന്ത്രനുമായപ്പോൾ സുനിത ചിന്തകളെ കൂട്ടിയിണക്കുന്ന പട്ടുനൂലായി. മനസ്സ് പട്ടുനൂലിൽ കെട്ടിയ പട്ടമായി പറന്നുകളിച്ചപ്പോൾ ധൈര്യം സംഭരിച്ച് സുനിതയെ വിളിച്ചു. ഇന്നലെകളുടെ വിടവുകൾ നികരുന്നു, വടുവുകൾ മായുന്നു. ഒരിക്കൽ നഷ്ടപ്പെട്ടതിനെ തിരിച്ചെടുക്കുവാൻ ഞാൻ വെമ്പി. 'ന്യൂയോർക്കിലെ ജനപ്രളയത്തിൽ ഞാനും ഒഴുകുന്നു. ഈ മഹാനഗരത്തിലെ ജനവനങ്ങൾക്കിടയിൽ ഞാനെപ്പോഴും ഒറ്റപ്പെടുന്നു.' ഒരിക്കൽ സുനിത പറഞ്ഞു.

എനിക്കും ഒറ്റപ്പെട്ട ജീവിതം മടുത്തുതുടങ്ങിയിരുന്നു.

അടുത്തമാസം ന്യൂയോർക്കിലേക്കും അവിടെനിന്ന് കാലിഫോർണിയയിലേക്കും കമ്പനി എന്നെ വിടുന്നുവെന്നറിയിച്ചപ്പോൾ സന്തോഷിച്ചു. ന്യൂയോർക്ക് സന്ദർശനത്തിനിടയിൽ സുനിതയെ നേരിട്ട് കാണാമല്ലോ.

'കണ്ടാൽ മനസ്സിലാവുമോ' എന്റെ മനസ്സിൽ സന്ദേഹമായിരുന്നു.

'ഇത് ന്യൂയോർക്കാണ്, നെടുമ്പാശ്ശേരിയല്ലല്ലോ? എന്റെ മുഖം മറന്നി

ട്ടില്ല എന്നെനിക്ക് ഉറപ്പുണ്ട്. വീണ്ടും കാണാമെന്ന് ഞാനൊരിക്കലും പ്രതീക്ഷിച്ചിരുന്നില്ല.' എയർപോർട്ടിൽ വന്നുകാണുന്നതിനുമാത്രം സുനിത താൽപ്പര്യം കാണിച്ചു.

എന്റെ മോഹങ്ങൾ വളർന്നു. സ്വപ്നങ്ങൾ കാടുകയറി. ചിന്തകൾ പലതും പണിതുയർത്തി. പുതിയൊരു വീട്, പുതിയൊരു ജീവിതം, അതിൽ പരിചയമുള്ള മുഖം, പഴയ ശബ്ദങ്ങൾ, പുതിയ ഗന്ധങ്ങൾ.

ന്യൂയോർക്കിൽനിന്നും കാലിഫോർണിയയിലേക്കുള്ള യാത്രക്കുമുമ്പായി എയർപോർട്ടിൽ സുനിതയെയും കാത്തുനിൽക്കുമ്പോൾ ഹൃദയമിടിപ്പിന്റെ താളംതെറ്റി. ജനങ്ങൾക്കിടയിൽ കറുത്തമുടിയുള്ളവരെ കണ്ണുകൾ തേടി. നിമിഷങ്ങൾ മിനിറ്റുകളിലും, മിനിറ്റുകൾ മണിക്കൂറിലും ചെന്ന് മുന്നോട്ടോടി. സുനിതയുടെ നമ്പറുകളിൽ വിരലുകൾ ഓടിനടന്നു. വോയിസ് മെയിൽ പലതവണ കേട്ടു.

പിടിച്ചുനിർത്തുവാനാവാതെ മുന്നോട്ടോടുന്ന സമയത്തെ ശപിച്ചു. സ്വന്തമല്ലാത്ത ഈ യാത്രയിൽ എയർലൈൻസുകാരുടെയും എന്നെ സ്വന്തമാക്കിയ കമ്പനിയുടെയും സമയം പാലിക്കണമായിരുന്നു.

എന്തുസംഭവിച്ചുവെന്നറിയുവാൻ അവളുടെ അറിയില്ലാത്ത അഡ്രസ്സിലേക്ക് മനസ്സുകൊണ്ടു ഓടിയെത്തി. അപകടങ്ങളെക്കുറിച്ചുള്ള ചിന്തകൾ അസ്വസ്ഥനാക്കി.

'ഫൈനൽ കോൾ ഫോർ ബോർഡിങ്ങ്.'

മേഘപ്പാളികൾക്കിടയിലൂടെ വിമാനം ഇരമ്പിയുയർന്നു. ഒരുപക്ഷെ ഞാൻ ഈ വഴി വീണ്ടും വരില്ലെന്നുള്ള ചിന്ത മനസ്സിനെ കൊത്തിപ്പറിച്ചു.

കാലിഫോർണിയയിൽ വിമാനം താഴ്ന്നപ്പോൾ സെൽഫോൺ ഓണാക്കി.

'ആന്റണീ, പ്ലെയിൻ ന്യൂയോർക്ക് വിട്ടതിനുശേഷമാണ് വിളിക്കുവാൻ ഭീരുത്വം അനുവദിച്ചത്. ഒരുകൂടിക്കാഴ്ച ഞാൻ ഭയന്നു. ഓർമ്മകളുടെ പച്ചിലകൾ നമ്മുക്ക് ചുറ്റുമുള്ളപ്പോൾ കാർന്നുതിന്നുവാനൊരവസരം കിട്ടിയാൽ?... എനിക്ക് എന്നിലുള്ള വിശ്വാസം നഷ്ടപ്പെടുന്നു.'

പിന്നീട് പറഞ്ഞതൊന്നും കേട്ടില്ല. ഇന്നലെകളുടെ മരണം മുന്നിൽ കണ്ടപ്പോൾ പ്ലെയിനിന്റെ അടഞ്ഞുകിടന്ന വാതിലുകൾ ഒരിക്കലും തുറക്കുകില്ലെന്ന് എനിക്കു തോന്നി.

എയർപോർട്ട് ബിൽഡിങ്ങ് വിട്ടിറങ്ങുമ്പോൾ, കയ്യിൽനിന്നുവിട്ട് പൊങ്ങിപ്പോവുന്ന ഹീലിയം ബലൂണിനെ നോക്കി ഒരു കൊച്ചുകുട്ടി കരയുന്നു. അവന്റെ അടുത്തുചെന്ന് തോളത്തുതട്ടിപറഞ്ഞു

'എനിക്ക് നിന്റെ വേദന മനസ്സിലാവുന്നുണ്ട് കുട്ടി.'

അവന് വേദനിക്കുമ്പോൾ ഉറക്കെ കരയാം.

മനോരമ വീക്കിലി, ഡിസംബർ 2007

അമ്മക്കിളികൾ

ഇന്നു രാവിലെയെങ്കിലും ദിവ്യ വിളിക്കുമെന്ന് പ്രതീക്ഷിച്ചു. ടെലഫോണിന്റെ ഓരോ മണിയടിയും രമയെ പ്രതീക്ഷകളുടെ കൊടുമുടിയിലേക്ക് കൊണ്ടുപോവുകയും കുറച്ചുനിമിഷങ്ങൾക്കുള്ളിൽ നിരാശയുടെ താഴ്വാരത്തിലേക്ക് തള്ളിയിടുകയും ചെയ്തു. ചിന്തകൾ മനസ്സിനെ അലട്ടിയപ്പോൾ തെല്ലൊരാശ്വാസം കിട്ടുവാൻ അവൾ ഉച്ചതിരിഞ്ഞ് ഉറങ്ങുവാൻ കിടന്നു.

ആകാശം ഇരുണ്ടുകൂടുകയും ഇടിമുഴങ്ങുകയും ചെയ്തത് പെട്ടെന്നായിരുന്നു. കാറ്റിൽ ജനൽപ്പാളികൾ ആഞ്ഞടഞ്ഞപ്പോൾ തെല്ലൊരു അലോസരത്തോടവൾ കണ്ണുകൾ തുറന്നു.

'രമേ, നീയുണർന്നുവോ? പുറത്തുനിന്ന് തുണികൾ എടുക്കു.'

രവിയുടെ അമ്മ വരാന്തയിൽനിന്നും ഉറക്കെ പറഞ്ഞു.

ഇടവപ്പാതിയിൽ ഈറനണിയുന്ന രാപലുകൾ. തോരാത്ത മഴയിൽ ഉണങ്ങാത്ത തുണികളും കാറ്റൊന്നുവീശിയാൽ ഔട്ട് ഓഫ് ഓർഡർ ആവുന്ന ടെലഫോണും ഈ അവധിക്കാലത്ത് രമയെ ഒരു ദുഃസ്വപ്നംപോലെ അലട്ടി. ഏറെക്കാലത്തെ അമേരിക്കൻ ജീവിതം അവളുടെ ചിന്തകളെ സ്വാധീനിച്ചിരുന്നു.

നനഞ്ഞ തുണികൾ വാരിയെടുത്ത് വീട്ടിനുള്ളിലേക്ക് കയറുമ്പോഴേക്കും ശ്രീദേവിയും മഴയും ഒരുപോലെ മുറ്റത്ത് എത്തി.

'ചേച്ചി, ഹെഡ്മാസ്റ്ററുടെ വീട്ടിൽ അരി ഇടിച്ചോണ്ടിരുന്നപ്പോഴാണ് ഇവിടെ അലക്കിവിരിച്ചിട്ട തുണികളെക്കുറിച്ചോർത്തത്.'

ആഞ്ഞടിച്ച ഭ്രാന്തൻകാറ്റ് ജനാലകർട്ടനുകളെ ഊതിവീർപ്പിച്ചു. ശ്രീദേവി ഈറൻതുണികൾ മുറിക്കുള്ളിലെ അയയിൽ വിരിച്ചുതുടങ്ങി. അവ ഇടവപ്പാതിയുടെ പേക്കോലങ്ങളായി അവളുടെ കൈകളുടെ ചലനത്തിനൊത്ത് തുള്ളിക്കളിച്ചു.

തെങ്ങിൻതൈകളെ ക്ഷോഭിപ്പിച്ചുകൊണ്ട് കാറ്റ് ചുഴറ്റിയടിച്ചു. ആകാശം പിളരുമ്പോലൊരു ഇടിമുഴക്കം.

'എന്റമ്മോ' തുണി വിരിക്കുന്നതിനിടയിൽ ശ്രീദേവി വിളിച്ചുപോയി.

'കുട്ട്യോളുടെ അടുത്ത് ആരുമില്ല. ഇടിയും മിന്നലും അവർക്ക് പേടിയാ.'

ചിന്തകൾ ചിതൽപ്പുറ്റുപോലെ ശ്രീദേവിയെ മൂടി. വല്ലാത്തൊരു അസ്വസ്ഥത രമയെയും പൊതിഞ്ഞു. കുട്ടികളെക്കുറിച്ചുള്ള വ്യാകുലതകൾ അവർക്കുചുറ്റും തളംകെട്ടി.

ഈ കാറ്റിൽ ഏതെങ്കിലും മരം ടെലഫോൺകമ്പിയിൽ വീണാൽ? രമ റിസീവർ എടുത്തുനോക്കി. ഡയൽറ്റോൺ ഇല്ല. ദേഷ്യവും സങ്കടവും ഒരുമിച്ച് പതഞ്ഞു.

നിരങ്ങിനീങ്ങുന്ന, നിശ്ചലതയ്ക്ക് തുല്യമായ, നാട്ടിൻപുറത്തെ പകലുകളിൽ രമ ടെലഫോണിന്റെ മണിയൊച്ചക്കും അതിലൂടെ ഒഴുകിയെത്തുന്ന പരിചിതമായൊരു സ്വരത്തിനും വേണ്ടി കാത്തിരുന്നു. വികാരങ്ങൾ തുള്ളിത്തുളുമ്പിയപ്പോൾ മനസ്സ് അസ്വസ്ഥമായി. ദിവ്യക്ക് എന്തെങ്കിലും സംഭവിച്ചിരിക്കുമോ? രണ്ടുദിവസം മുമ്പ് അവൾക്ക് മെസ്സേജ് ഇട്ടതുമാണ്.

മഴ തെല്ലൊന്നടങ്ങിയപ്പോൾ ശ്രീദേവി ഇറങ്ങിയോടി. ഒരു കുട കൊടുത്ത് അവളെ കുട്ടികളുടെ അടുത്തേക്ക് നേരത്തെ പറഞ്ഞയക്കാമായിരുന്നു. ആകുലതകളുടെ കുഴിക്കുള്ളിൽ വീണുകിടക്കുമ്പോൾ കണ്ണടയ്ക്കാതെതന്നെ എപ്പോഴും ഇരുട്ട്.

കഴിഞ്ഞ അവധിക്ക് വന്നപ്പോൾ തുണി കഴുകുവാൻ സഹായത്തിനെത്തിയതാണ് ശ്രീദേവി. ആകർഷണമുള്ള മുഖത്ത് ഗ്രാമത്തിന്റെ പ്രസരിപ്പ്. അത്യാവശ്യം വീട്ടുപണികൾക്കും അവൾ സഹായത്തിനെത്തി. എന്നും സന്ധ്യയായാൽ വീട്ടിലത്തുവാൻ തിടുക്കം കൂട്ടി.

'കുട്ട്യോള് തനിച്ചാ ചേച്ചി. അവർക്ക് തനിയെ ഇരിക്കുവാൻ പേടിയാ.'

'നിന്റെ ഭർത്താവ് എവിടെ'? ഒരിക്കൽ രമ ചോദിച്ചു.

'ചേട്ടൻ ഏതെങ്കിലും കടത്തിണ്ണയിൽ ഇരിപ്പുണ്ടാവും. വലത്തെ കൈക്ക് സ്വാധീനം കുറവാണ്. അതുകൊണ്ട് പണിക്ക് പോവുന്നില്ല.'

പറയുമ്പോൾ അവളുടെ കണ്ണുകളിൽ നനവിന്റെ തിളക്കം.

'ഞാൻ അറിഞ്ഞോണ്ടൊന്നും ചെയ്തതല്ല ചേച്ചി. കള്ളുകുടിച്ചു വന്ന് എന്നെ പൊതിരെ തല്ലിയപ്പോൾ തടുക്കുവാൻ എന്റെ കയ്യിൽ കിട്ടിയത് വാക്കത്തിയാണ്.'

അവളുടെ ശബ്ദം വിറപൂണ്ടിരുന്നു. അടുക്കളയുടെ സിമന്റിളകിയ തറയിലേക്ക് നോക്കി പരിതപിക്കുന്ന മുഖഭാവത്തോടെ ശ്രീദേവി കുറച്ചുസമയം നിന്നു. നിറഞ്ഞ കണ്ണുകൾ ആവിയിൽ ഒളിപ്പിക്കുവാനെന്നപോലെ അവൾ അടുപ്പത്തിരുന്ന് തിളയ്ക്കുന്ന കറിയുടെ വേവുനോക്കി. ജിജ്ഞാസ തലപൊക്കിയെങ്കിലും അവളുടെ ലോകത്തിലേക്ക് ചെന്ന് കൂടുതൽ വേദനിപ്പിക്കുവാനാവാതെ രമ പുറത്തേക്ക് കണ്ണുകൾ പായിച്ചു.

സന്ധ്യയുടെ ചേലയിലാകെ രാത്രി കറുപ്പ് പടർത്തിയപ്പോൾ അമ്മ കൊടുത്ത ഭക്ഷണവുമായി അന്തിക്ക് ചേക്കേറുവാൻ പറക്കുന്ന അമ്മക്കിളിയെപ്പോലെ ശ്രീദേവി ഇരുട്ടിൽ മറഞ്ഞു.

' ആ പെണ്ണിന്റെ ഒരു വിധി.'

ശ്രീദേവി നടന്നുമറഞ്ഞ വഴിയെ നോക്കി രവിയുടെ അമ്മ പറഞ്ഞു.

'എന്തെങ്കിലും കഴിക്കാൻ കൊടുത്താൽ അത് കുട്ടികൾക്കും ഭർത്താവിനും കൊടുക്കും. ഭർത്താവ് പണ്ടേ കുടിയനായിരുന്നു. വാക്കത്തികൊണ്ട് മുറിവേറ്റത് വലതുകയ്യിലെ ഞരമ്പിനാണ്.'

അമ്മ പറഞ്ഞത് കേട്ടപ്പോൾ രമക്ക് ദുഃഖം തോന്നി. ഗ്രാമസന്ധ്യ ഉളവാക്കിയ ഏകാന്തമൂകത അവളെ സുഖകരമല്ലാത്തൊരു മാനസികാവസ്ഥയിൽ എത്തിച്ചിരുന്നു.

രമ ഇത്തവണ അവധിക്ക് വന്നപ്പോൾ, ഒക്കത്തിരുന്ന് ചിരിതൂവുന്ന ഒരാൺകുട്ടിയുമായി ശ്രീദേവി ഓടിയെത്തി.

'ഈശ്വരൻ തന്നതാ. രണ്ടു കയ്യും നീട്ടി വാങ്ങിച്ചു. വയസ്സുകാലത്തു നോക്കുവാൻ ഒരു ആൺകുട്ടിയാവുമല്ലോ.'

അപ്പോൾ വയസ്സുകാലത്ത് തനിച്ച് താമസിക്കുന്ന രവിയുടെ അമ്മയെ ഓർത്ത് രമ വിഷമിച്ചു.

ചിന്തകളെ പന്താടിയും തട്ടിത്തെറിപ്പിച്ചും നേരം ഇരുട്ടിയതവളറിഞ്ഞില്ല. പുറത്ത് അപ്പോഴും ചന്നംപിന്നം മഴപെയ്തുകൊണ്ടിരുന്നു.

വൈകിട്ട് ഭക്ഷണത്തിനിരിക്കുമ്പോൾ അമ്മ പറഞ്ഞു.

'ദിവ്യയുടെ വിവരം ഒന്നുമില്ലല്ലോ മോളെ.'

'ഫോൺ വർക്കുചെയ്തെങ്കിലല്ലേ ഇങ്ങോട്ടുവിളിക്കുവാൻ സാധിക്കൂ'

മറുപടിയിൽ നിരാശയുടെ നിഴലുവീണിരുന്നു.

ദാരിദ്ര്യം മെഴുകിയ അടുക്കളത്തറയിൽ ഭർത്താവും കുട്ടികളുമായി അമ്മ കൊടുത്ത ഭക്ഷണം പങ്കിട്ടുകഴിക്കുന്ന ശ്രീദേവിയുടെ പ്രസരിപ്പുള്ള മുഖം മനസ്സിൽ കണ്ടു.

പിറ്റേ ദിവസം ടൗണിൽ പോയി ഒരു മൊബൈൽ ഫോൺ വാങ്ങണമെന്നവൾ തീരുമാനിച്ചു. ഈവക സൗകര്യങ്ങൾ ആഢംബരമെന്ന് വിശ്വസിക്കുന്ന അമ്മയെക്കുറിച്ചോർത്ത് ഊറിച്ചിരിച്ചു..

'മൂന്നാഴ്ചയെങ്കിലും നിനക്ക് സെൽഫോണില്ലാതെ കഴിച്ചുകൂടെ?'

ചീവീടിനെപ്പോലെ ചെവിയിൽ പിടിച്ചിരുന്ന് സദാ ചിലച്ചുകൊണ്ടിരിക്കുന്ന സെൽഫോണിൽ നിന്നും ഒരു വിടുതൽ കാത്തിരുന്ന രവിയുടെ പ്രതികരണം അവൾ ഊഹിച്ചെടുത്തു. അയാളുടെ സമയം തങ്ങളുടേതെന്ന് ഓർമ്മിപ്പിക്കുമ്പോലെ സെൽഫോണിലൂടെ രാവിലെ മുതൽ ജോലിക്കാര്യങ്ങളുമായി വിളിച്ചലട്ടിയിരുന്ന ബോസ്സിൽനിന്നും മൂന്നാഴ്ചത്തേക്ക് ഒരു മോചനം. ഈ അവധിക്ക് കൂട്ടത്തിൽ വരണമെന്ന് ദിവ്യയോട് പലവട്ടം പറഞ്ഞതാണ്. സ്വന്തക്കാരെയും ബന്ധുക്കളെയും കണ്ട് മടങ്ങാമല്ലോ. അവളെ സ്റ്റേറ്റ്സിൽ ആക്കിയിട്ട് നാട്ടിലേക്ക് വരുവാൻ മനസ്സിന് ധൈര്യക്കുറവുമായിരുന്നു.

'ഞാൻ മുതിർന്ന കുട്ടിയല്ലെ? എന്നെ എന്റെ തീരുമാനങ്ങൾ എടുക്കു

വാൻ അനുവദിച്ചുകൂടെ? ഈ സമ്മറിൽ എനിക്ക് കോളെജിൽ ഒരു ജോലി കണ്ടുപിടിക്കുവാൻ സാധിക്കും.'

ദിവ്യ എന്തേ സ്വയം തിരഞ്ഞെടുത്ത വഴികളിൽ മാത്രം സഞ്ചരിക്കണമെന്ന് പലപ്പോഴും ശഠിക്കുന്നു? അൽപമൊന്ന് മാറിനടന്നാൽ... അത് അമ്മക്ക് തെല്ലൊരാശ്വാസം പകർന്നു കൊടുത്താൽ.... അവൾ അവളല്ലാതായിത്തീരുമോ? ഒരു പക്ഷെ' ഞാൻ, എനിക്കു മാത്രം' എന്നു ചിന്തിക്കുന്ന അമേരിക്കൻ സമൂഹത്തിൽ ഇങ്ങനെയൊരു തൻകാര്യമനോഭാവം കൈക്കൊള്ളണമായിരിക്കും. വളർന്ന മണ്ണിൽ അൽപം തായ്‌വേര് ഇപ്പോഴും ശേഷിക്കുന്ന പറിച്ചുമാറ്റപ്പെട്ട വൃക്ഷങ്ങളാണ് തങ്ങളെന്ന് രമക്ക് പലപ്പോഴും തോന്നാറുണ്ട്.

അമ്മ കറികൾക്കൊപ്പം തന്റെ പരാതികളും വിളമ്പിക്കൊടുത്തു. അവ കറികളുടെ രുചി കെടുത്തിയപ്പോൾ അമ്മയുടെ ഏറിവരുന്ന പ്രയാസങ്ങളോർത്ത് രമ ദുഃഖിച്ചു.

'അമ്മേക്ക് സരളേടത്തിയോടൊപ്പം താമസിച്ചുകൂടേ?'

രമ ചോദിച്ചു. 'ഒരു മകനുള്ളപ്പോൾ ഞാൻ മകളുടെയും ഭർത്താവിന്റെയും കൂടെ താമസിക്കാനോ? ഞാനിവിടംവിട്ട് എങ്ങോട്ടുമില്ല.'

ചവച്ചിറക്കിയ ചപ്പാത്തിക്കഷ്ണം രമയുടെ തൊണ്ടയിൽ തടഞ്ഞു.

ആരും ഒന്നും സംസാരിക്കാതെ പോയ കുറെ നിമിഷങ്ങൾക്കു ശേഷം എന്തോ ഓർത്തെന്നപോലെ അമ്മ പറഞ്ഞു.

'രവി, നീയ് പഠിക്കുവാൻ അമേരിക്കക്ക് പോവുമ്പോൾ നിനക്ക് ദിവ്യയുടെ പ്രായമായിരുന്നു.'

നേരിയ ദുഃഖം ഇഴപാകിയ ചിന്തകൾ അവളെ ഊണുമേശയിൽനിന്നും ഒറ്റപ്പെടുത്തി അകലെയുള്ള മകളുടെ അടുക്കലെത്തിച്ചു. കുറുമ്പിയെങ്കിലും അവളുടെ സംസാരത്തിൽ, അവളുടെ ആശ്ളേഷത്തിൽ, തന്നിലെ മാതൃവികാരങ്ങൾ അതിന്റെ പൂർണ്ണതയിൽ എത്തുന്നു.

അമ്മയുടെ സംസാരം രവിയുടെ മനസ്സിനെ ഉലച്ചു. തണുപ്പുള്ള പാതിരാക്കാറ്റ് ഇരുട്ടിനെ കെട്ടിപ്പിടിച്ച് പലവട്ടം മുറിക്കുള്ളിൽ കയറിയിറങ്ങിയിട്ടും രാത്രി അയാൾക്കും ഉറക്കം നിഷേധിക്കുന്നതവളറിഞ്ഞു. ചിന്തകൾക്കും വികാരങ്ങൾക്കും വാക്കുകളുടെ രൂപം കൊടുക്കുവാൻ അറിയില്ലാതിരുന്ന അയാളോട് കുറച്ചുനേരം അവൾ ചേർന്നുകിടന്നു. അയാൾ എന്തെങ്കിലും പറഞ്ഞിരുന്നെങ്കിൽ എന്നാശിച്ചു. തലമുറകൾ സൃഷ്ടിച്ച തടവറയിൽ ഉറക്കം വരാതെ കിടക്കുമ്പോൾ ഒരു മാന്ത്രികപ്പാലം പണിത് അവൾ മകളുടെ അടുക്കലെത്തി. പറക്കമുറ്റിയാൽ കുഞ്ഞുങ്ങളെ കൊത്തിയകറ്റുന്ന പക്ഷികൾ മാന്ത്രികപ്പാലത്തിനു മുകളിലൂടെ പറന്നുപോയി.

സ്നേഹം പിടിച്ചുവാങ്ങുവാൻ ശ്രമിക്കുന്നവർക്കല്ലെ ദാനം കിട്ടുന്ന സ്നേഹത്തിന്റെ വിലയറിയൂ.

പിറ്റേന്ന് രാവിലെയും ടെലഫോൺ ഔട്ട് ഓഫ് ഓർഡർ.

മൂകയായി നടക്കുന്ന രമയെ അമ്മ ശ്രദ്ധിക്കുന്നുണ്ടായിരുന്നു.

'ഇവിടെ അടുത്ത് വന്നിരിക്ക് മോളെ.'

കസേര വലിച്ചിട്ടുകൊണ്ട് അമ്മ പറഞ്ഞു.

'ദിവ്യയുടെ വിവരമൊന്നും അറിയാതെ നീ വിഷമിക്കുന്നുണ്ടല്ലേ? ടെലഫോൺ ശരിയായാലുടൻ അവൾ വിളിക്കും. അമ്മയുടെ മനസ്സിന്റെ വേദന എത്ര ദൂരത്തിലാണെങ്കിലും മക്കൾക്ക് മനസ്സിലാവും.'

പുറത്ത് സൂര്യൻ തെളിഞ്ഞിരുന്നു. വെള്ളം പൊങ്ങിക്കിടക്കുന്ന അടുത്തുള്ള വയലുകളിലേക്ക് അമ്മ കുറെ സമയം നോക്കിയിരുന്നു.

'എല്ലാ വരമ്പുകളും കവിഞ്ഞൊഴുകുന്ന വെള്ളം കണ്ടോ? ഒരമ്മയുടെ സ്നേഹം, അതിനെ ഒരു വരമ്പിനും തടഞ്ഞുനിർത്തുവാനാവില്ല.'

അമ്മ അൽപ്പസമയം മൗനമായിരുന്നു.

'നീ ഇന്നലെ ചോദിച്ചതിലും കാര്യമുണ്ട് മോളെ. ഞാൻ സരളയോടൊപ്പം താമസിക്കുവാൻ തീരുമാനിച്ചു. അവർ എന്നെ കുറെ നാളുകളായി നിർബ്ബന്ധിക്കുന്നു.'

അമ്മയുടെ മുഖത്തപ്പോൾ നിശ്ചയദാർഢ്യം നിറഞ്ഞിരുന്നു.

'ഞാൻ ഇന്നലെരാത്രി അൽപ്പം സ്വാർത്ഥയായി. നീയത് ക്ഷമിക്കുമല്ലോ?'

കവിഞ്ഞൊഴുകുന്ന സ്നേഹനദിയുടെ ആഴവും പരപ്പും രമ മനസ്സിലാക്കുകയായിരുന്നു. കാതലില്ലാത്ത പൊങ്ങുതടിയായി അവൾ ഒഴുകി. സരളേടത്തിയുടെ പട്ടണത്തിലുള്ള വീടിനെക്കുറിച്ച് അമ്മ പലവട്ടം പരാതിപ്പെട്ടിട്ടുണ്ട്. അമ്മയുടെ ജീവിതത്തിന്റെ ഭൂരിഭാഗവും ചിലവഴിച്ചത് ഈ വളപ്പിനുള്ളിലാണ്. നിസ്വാർത്ഥവും സ്നേഹപൂരിതവുമായ ഈ ത്യാഗമനോഭാവം കൈവരുവാനുള്ള പക്വത ഒരു ജീവിതകാലം മുഴുവൻ കാത്തിരുന്നാലും തനിക്ക് കിട്ടുമോയെന്ന് രമ സംശയിച്ചു.

'ചേച്ചി' അടുക്കളവാതിലിൽ നിന്നും ശ്രീദേവിയുടെ വിളികേട്ടു.

'കഴുകുവാനുള്ള തുണികൾ എടുത്തുതരൂ. വെയിൽ തെളിഞ്ഞുനിൽക്കുന്ന നേരത്ത് കഴുകിയിട്ടാൽ ഉണങ്ങിക്കിട്ടുമല്ലോ'

ഒഴിവുദിവസമായിരുന്നതിനാൽ അവളുടെ മൂത്തകുട്ടികളും കൂടെയുണ്ടായിരുന്നു. അവളുടെ മുഖത്ത് പതിവുപോലെ മഞ്ഞവെയിൽ പരത്തുന്ന സൂര്യന്റെ തെളിച്ചം.

ടെലഫോണിന്റെ ചിലമ്പൽ. തുടർന്ന് രവിയുടെ വാത്സല്ല്യം തുളുമ്പുന്ന സംസാരം. 'രമേ' എന്നുള്ള വിളിക്ക് കാത്തുനിൽക്കാതെ കൂടണയുവാൻ വൈകിയ അമ്മക്കിളിയായി അവൾ പറക്കുകയായിരുന്നു.

മലയാളം പത്രം, ഏപ്രിൽ 2006

കറുത്ത കുപ്പായക്കാരൻ

'എന്നെയും കൂടി കൊണ്ടുപോകില്ലേ?'

എന്റെ ചോദ്യം ഗൗനിക്കാതെ നടന്നകന്ന അവൻ കറുത്തനിറമുള്ള കുപ്പായം ധരിച്ചിരുന്നു. കയ്യിലുണ്ടായിരുന്ന റാന്തൽ വിളക്കിന് കറുത്തനിറമായിരുന്നു. ഇരുട്ടിനെ നക്കുന്ന തീനാളത്തിൽനിന്നും പുളഞ്ഞുയരുന്ന കറുത്തപുക. ഞാൻ ഈയിടെയായി അവനെ കൂടുതൽ ശ്രദ്ധിക്കുന്നു.

പട്ടികൾ ഓലിയിടുന്ന ശബ്ദം.

ഹൃദയം നീറുന്നു, കൂർത്തനഖങ്ങൾകൊണ്ട് ആരോ മാന്തിയതുപോലെ. ഇളം മനസ്സിന്റെ വാക്കുകൾ ഇത്രയും പൊള്ളലേൽപ്പിക്കുമെന്ന് അറിഞ്ഞിരുന്നില്ല. ഇത് അമേരിക്കയാണ്. ഇവിടെ വാക്കുകളിൽ സ്നേഹം വിളക്കുകൊളുത്തുന്നതിലേറെ അമ്പുകളായി വേദനിപ്പിക്കുകയാണ്.

മുന്നിൽ, മാറിനടക്കുവാൻ കൈവഴികളില്ലാത്ത അടഞ്ഞപാത. വായിച്ചുമടുത്ത ഒരു പുസ്തകമായി എന്റെ ജീവിതം വഴിയോരത്ത് കമഴ്ന്നുകിടക്കുന്നു, കാറ്റിനുപോലും താളുകൾ മറിക്കുവാനാവാതെ.

കാർമേഘങ്ങൾ മാറി ചന്ദ്രക്കല തെളിഞ്ഞപ്പോൾ ഞാൻ വിളക്കണച്ച് കിടന്നു. എന്നെ ഉറക്കുവാൻ അമ്മ പറഞ്ഞുതന്ന അമ്പിളിയമ്മാവനെക്കുറിച്ചുള്ള രാക്കഥകൾ ഓർത്തു. എന്നോടൊരു ആശ്വാസവാക്കുപോലും പറയാതെ, ഏതോ അപരിചിതമായൊരു ലോകത്തേക്ക് പോയ അമ്മയെക്കുറിച്ച് ചിന്തിച്ചുറങ്ങി.

'എമെർജെൻസി റൂമിലേക്ക് വേഗമൊന്നു വരുമോ, ഉണ്ണി ആൾമോസ്റ്റ്....' പ്രിയപ്പെട്ട സുഹൃത്തിന്റെ തേങ്ങലിൽ പൊട്ടിപ്പിളർന്ന ശബ്ദം ഫോണിലൂടെ.

മുഴുമിക്കാനാവാഞ്ഞ വാക്കുകൾ ഉറക്കത്തെ മുറിച്ചു.

എമെർജെൻസി റൂമിൽ താളംതെറ്റിയ ഹൃദയമിടിപ്പുമായി ജീവൻ വാർന്നുപോവുന്ന ശരീരം മനസ്സിൽ കണ്ടു.

കാർ ഹൈവേയിൽ കയറിയപ്പോൾ ഇരുപത്തിനാലു മണിക്കൂറും തുറന്നിരിക്കുന്ന സൂപ്പർമാർക്കറ്റിന്റെ വിളക്കുകാലിനരുകിൽ അവനെ നോക്കി. അശ്രദ്ധമായി ഓടിക്കുന്ന കാറുകളിലെത്തുന്ന ഇരകളെത്തേടി അവിടെ

യുണ്ടാവുമെന്ന് പ്രതീക്ഷിച്ചു. അവനെ കണ്ടില്ല. കാറിന്റെ ഗ്ലാസ്സുകൾ പൊങ്ങിയിരുന്നിട്ടും മരണത്തിന്റെ മണം വന്നുനിറയുന്നു. ഓർമ്മകളിൽ അതിന് കുന്തിരുക്കത്തിന്റെയും റീത്തുകളിലെ പൂക്കളുടെയും മണമായിരുന്നു, അമേരിക്കയിലെ ശീതീകരിച്ച ഫ്യൂണറൽഹോമുകളിൽ ഈ മണങ്ങൾ അന്യമാണെങ്കിലും.

ആശുപത്രിച്ചുവരുകളുടെ പുറകിലൊളിച്ച് അവൻ നിൽപ്പുണ്ടോയെന്ന് നോക്കി. ദൂരെ നിലാവെളിച്ചത്തിൽ കറുത്ത കുപ്പായം കണ്ടു. വിളക്കിലെ തിരി കെട്ടിരുന്നു. വിശ്രമിക്കുകയാവും. എന്റെ മനസ്സ് തണുത്തു.

സുഹൃത്ത് ഓടിവന്ന് എന്നെ കെട്ടിപ്പിടിച്ചു കരഞ്ഞു. ' അപകടസ്ഥിതി കഴിഞ്ഞുവെന്ന് ഡോക്ടേർസ് പറയുന്നു.'

വഴുവഴുത്തനിമിഷങ്ങൾ പുറന്തോടിനുള്ളിലെ ഒച്ചുകളെപ്പോലെ ആലസ്യത്തോടെ ചുരുണ്ടിരുന്നു.

'കാണണമെങ്കിൽ അകത്തേക്ക് കയറാം. ഇപ്പോൾ സ്റ്റെബിലൈസ് ചെയ്തു. മരുന്നുകൾ കൊടുത്ത് മയക്കിയിട്ടിരിക്കുന്നു.' ഡോക്ടർ വെളിയിൽ വന്നുപറഞ്ഞു.

ജീവിതവും മരണവും ഒരുമിച്ചുകഴിയുന്ന വഴിയമ്പലമായി ആറാംനിലയിലെ എമെർജെൻസിറൂം. അവിടെ രോഗികളുടെ തലയിൽ വിധി കുത്തിക്കുറിച്ചതെന്തെന്നറിയാതെ പ്രയത്നിക്കുന്ന മെഡിക്കൽ ടീം. അവരുടെ ചിന്തകളെ പാളിച്ച്, കൈകളെ പിഴപ്പിച്ച് മരണം കാത്തിരിക്കുന്നു.

കൈകൾ മയക്കത്തിലും ആരെയോ പരതി. നാഡീസ്പന്ദനങ്ങളിലൂടെ അവ പറഞ്ഞു.

-എന്നെ അവന് വിട്ടുകൊടുക്കരുതേ...

നിസ്സഹായതയോടെ ഞാനെഴുന്നേറ്റുമാറി.

അമ്മക്കോഴി അടയിരിക്കുന്നപോലെ ചൂടുനൽകിക്കൊണ്ട്, ഭർത്താവിന്റെ തണുത്ത കൈകൾ സുഹൃത്ത് സ്വന്തം കൈക്കുള്ളിലാക്കി.

ഹൃദയത്തിന്റെ ഭാഷ കരങ്ങളിലൂടെ ഒഴുകിവരുന്നത് കേൾക്കാമായിരുന്നു.

-എനിക്കിനിയും ജീവിക്കണം, പലതും ചെയ്തുതീർക്കുവാനുണ്ട്. കുട്ടികളെ സ്നേഹിച്ച് തീർന്നിട്ടില്ല, പേരക്കുട്ടികളോടൊപ്പം കളിച്ച് മതിവന്നിട്ടില്ല.-

അവർ ഭർത്താവിന്റെ വിരലുകളിൽ അമർത്തിപ്പിടിച്ചു.

-എനിക്കൊരു കൂട്ടായി എന്നും എന്നോടൊപ്പമുണ്ടാവണം, കണ്ടുകൊണ്ടിരിക്കാമല്ലോ.-

എനിക്ക് ദു:ഖം വന്നു. സ്നേഹിച്ചവരെല്ലാം എന്നെ വേദനിപ്പിച്ചിട്ടേയുള്ളൂ.

തിരികെ വരുംവഴി ആശുപത്രിയുടെ സമീപമുള്ള ശ്മശാനത്തിൽ അവനിരുന്ന് ഉറങ്ങുന്നതുകണ്ടു. ഇന്നത്തെ ജോലി കഴിഞ്ഞിരിക്കും. ശബ്ദമുണ്ടാക്കാതെ ഞാൻ അകത്തുകടന്നു. വളപ്പിനുള്ളിലെ നിശ്ശബ്ദതയും സമാധാനവും എനിക്ക് ഉന്മാദം പകർന്നു. മറ്റൊരുലോകം കൈകാട്ടി വിളിച്ചു.

അവിടെ ബന്ധങ്ങൾക്ക് പ്രസക്തിയില്ല. കുടുംബങ്ങൾക്ക് സ്ഥാനമില്ല.

'നിങ്ങളോടെനിക്ക് ദേഷ്യമാണ്. നിങ്ങളെന്നെ വേദനിപ്പിച്ചിട്ടേയുള്ളു.'

ശരിയും തെറ്റും തിരിച്ചറിയാനാവാതെ, സങ്കരസംസ്കാരത്തിന്റെ ചുഴിയിലകപ്പെട്ട യുവമനസ്സിന്റെ വാക്കുകൾ.

പ്രസവവേദന ഇപ്പോഴും ഓർമ്മയിൽ തങ്ങിനിന്ന ഞാൻ നടുങ്ങി. എവിടെയാണു തെറ്റിയത്? എന്തു തെറ്റാണു ചെയ്തത്? അറിഞ്ഞുകൊണ്ടു ചെയ്തതെറ്റുകൾ വിരലിലെണ്ണാവുന്നത്. നന്മക്കെന്നു കരുതി ചെയ്തവയെല്ലാം തലമുറകളുടെ വിടവ് തെറ്റായി കാണിക്കുന്നു.

അമ്മയായിട്ടല്ലല്ലോ ഞാനീ ഭൂമിയിൽ പിറന്നത്. ബാലപാഠം പറഞ്ഞുതന്നതും പഠിപ്പിച്ചതും നീ തന്നെയല്ലേ? ഒരു ആയുഷ്ക്കാലം മുഴുവൻ പഠിച്ചാലും തീരാത്ത മാതൃപാഠങ്ങൾക്കായി കുറച്ചുകൂടി സമയം അനുവദിച്ചു തരൂ.

ഞാൻ കറുത്ത കുപ്പായക്കാരന്റെ അടുക്കലേക്ക് നടന്ന് അവനെ തട്ടിയുണർത്തി.

'എന്നെയും നിന്റെ ലോകത്തിലേക്ക് കൊണ്ടുപോകൂ. എങ്കിൽ നിനക്കിപ്പോൾ വിരസനായി ഉറങ്ങേണ്ടതില്ല.'

നിർജ്ജീവമായ കണ്ണുകളാൽ എന്നെ നോക്കിയപ്പോൾ വിളിച്ചുണർത്തിയതിന്റെ അലോസരം മുഖത്തുണ്ടായിരുന്നു. അവനും വിശ്രമം വേണമോയെന്ന് ഞാൻ അത്ഭുതപ്പെട്ടു.

അവന്റെ മുഖത്തൊരു ചെറുപുഞ്ചിരി പടർന്നു.

'ഇതാണ് ജീവിതം. നിന്നെ നോവിക്കാനായി പാലുകുടിച്ച കുപ്പികളുടച്ച് അവർ നിന്റെ വഴിയിൽ വിതറും. എത്രയോ അമ്പുകൾ ഇനിയും നിനക്കുനേരെ തൊടുത്തുവിടുവാനുണ്ട്, എത്രയോ ആണികൾ നിന്നിൽ തറയ്ക്കുവാനുണ്ട്. നിന്നെ സൃഷ്ടിച്ച ദൈവം നിനക്കായി ഒരു തുരുത്തിയിൽ കണ്ണുനീർ കരുതിവെച്ചിരിക്കുന്നു. അതുമുഴുവൻ ഒഴുക്കിത്തീർക്കാതെ ഈ ജന്മം അവസാനിപ്പിക്കുവാനാവില്ല.'

അവനെന്നെ സ്നേഹത്തോടെ തലോടി. കണ്ണുകളിൽ സഹതാപം നിഴലിച്ചിരുന്നു.

'പിടിച്ചുനിൽക്കുവാൻ ശ്രമിക്കൂ. സ്നേഹംകൊണ്ടവരെ കീഴടക്കൂ. നീ ചുമക്കുന്ന മരക്കുരിശ് എത്രയോ ചെറുതാണ്.'

എന്നിൽനിന്ന് ഓടിയകലാൻ ശ്രമിക്കുംപോലെ അവൻ ധൃതിയിൽ നടന്നു മറഞ്ഞു.

ദേശാഭിമാനി വാരിക, ജനുവരി 2008

റിട്ടേൺ ഫ്ളൈറ്റ്

പുറത്ത് വസന്തത്തിന് ഹയാസിന്തും ഡാഫൊഡിൽസും വിരിയും മുമ്പെയുള്ള മണമായിരുന്നു.

'നിന്റെ മൂക്കിന് വല്ല കുഴപ്പോം കാണും' അശോകിന് അവൾ ഉദ്ദേശിക്കുന്ന മണം മനസ്സിലായില്ല. ശിശിരത്തിന്റെ തുടക്കത്തിലാണ് വിസ കിട്ടി അവൾ അശോകിനോടൊപ്പം താമസമായത്. വസന്തത്തിൽ അവനോടൊപ്പം നടക്കാനിറങ്ങിയപ്പോഴെല്ലാം അവളുടെ മുടിയിലും ജാക്കറ്റിലും അവന്റെ മുടിയിലുമെല്ലാം ആ മണം പിടിച്ചിരുന്നു. ശിശിരം കൊഴിച്ചുകളഞ്ഞ ഇലകൾ മഞ്ഞിലും മഴയിലും ജീർണ്ണിച്ച മണം.

ചുറ്റും സാറ്റിൻ തുണിയുടെ തിളക്കമുള്ള വെളുപ്പാണ്. ഇരുണ്ട നിറമുള്ളവർക്ക് ഇണങ്ങാത്ത നിറം. അതുകൊണ്ടാണ് വിവാഹസാരി ക്രീംനിറമുള്ളതാവണമെന്ന് അവൾ ശഠിച്ചത്. ഒരു അമേരിക്കക്കാരന് ഗർവ്വോടെ കൊണ്ടുനടക്കുവാൻ പാകത്തിൽ സുന്ദരിയായൊരു വധുവായിരുന്നു അവൾ.

നേഴ്സിങ്ങ് പഠിത്തം കഴിഞ്ഞപ്പോഴാണ് പാലാക്കാരൻ റ്റോമിയുടെ വിവാഹാലോചന വന്നത്. അൽപ്പം റബ്ബർഎസ്റ്റേറ്റുമായി തരക്കേടില്ലാതെ ജീവിക്കാൻ കഴിയുമായിരുന്ന ആ വിവാഹാലോചന അവൾ നിരസിച്ചു. -എനിക്കു പാലാക്കാരൻ തോമാച്ചന്റെ ഭാര്യയായിട്ട് ആ കാട്ടിൽ കഴിയാൻ വയ്യ.- ഭാവിവരൻ മധുരമുള്ള അസ്വസ്ഥതയായി മനസ്സിൽ നിറയാൻ തുടങ്ങിയപ്പോഴാണ് സ്വന്തത്തിലുള്ള ഒരാളുടെ മകന്റെ വിവാഹാലോചനയുമായി അമ്മായി വന്നത്. ചെറുക്കൻ കുടുംബസഹിതം അമേരിക്കയിലാണ്.

'നീ കോളടിച്ചല്ലോ. അമേരിക്ക വ്യക്തിസ്വാതന്ത്ര്യത്തിന്റെ നാടല്ലേ. അവിടെച്ചെന്ന് ചെത്തിനടന്നിട്ട് അവധിക്ക് ഒരുവരവുണ്ട്'- കൂട്ടുകാരിയവളെ കളിയാക്കി.

പെർഫ്യൂമിന്റെ മണം പരത്തിയും പുറംകാഴ്ചയിൽ പണം ചുരത്തിയും വന്ന അമ്മയോടും അപ്പനോടുമൊപ്പം അശോക് അവളെ പെണ്ണുകാണാൻ വന്നു. ചെറുക്കനും പെണ്ണിനും തമ്മിലറിയുവാൻ കുറച്ചുസമയം തനിയെ

കിട്ടണമെന്നവൻ ആവശ്യപ്പെട്ടു.

അവർ പട്ടണത്തിലെ പാർക്കിൽ കറങ്ങിനടന്നു. 'ഐ വോണ്ട് റ്റു ഗെറ്റ്റ്റു നൊ യു' പാർക്കിലെ അണ്ണാറക്കണ്ണന്മാരെയും കാക്കകളെയും കുസൃതികാട്ടി അവൻ വിരട്ടിയോടിച്ചു.

കുസൃതിച്ചെക്കൻ- അവൾ ചിരിച്ചു.

വൈകുന്നേരം റെസ്റ്റോറന്റിൽ ചില്ലിചിക്കനും കരിമീൻഫ്രൈക്കും മുകളിലൂടെ അവളുടെ കൈ പിടിച്ചു 'എനിക്ക് നിന്നെ ഇഷ്ടമായി. വിൽ യു മാരി മീ? അമേരിക്കൻ ആചാരമനുസരിച്ച് മോതിരം കൊടുത്താണ് പ്രൊപ്പോസ് ചെയ്യേണ്ടത്. നേരത്തെ ആലോചിച്ച് ഉറപ്പിച്ചതല്ലല്ലോ. അതിനാൽ ഒരു മാലയാണിത്.' മേസീസിന്റെ ഒരു ചെറിയ പെട്ടി അവൻ നീട്ടി.

'പെണ്ണിന്റെ മുമ്പിൽ മുട്ടുകുത്തിനിന്ന് പ്രൊപ്പോസ് ചെയ്യുകയാണ് പതിവ്. അങ്ങനെ ചെയ്താൽ എനിക്ക് കിറുക്കാണെന്ന് ആൾക്കാർ വിചാരിച്ചാലോ?' അവൻ ഉറക്കെ ചിരിച്ചു.

ചുറ്റുമിരുന്നവർ തിരിഞ്ഞുനോക്കുവാൻ തക്കവണ്ണം അവരുടെ ചിരി നിയന്ത്രണം വിട്ടു. അവനെയും അമേരിക്കൻ ആക്സന്റിലുള്ള അവന്റെ സംസാരത്തെയും അവൾക്ക് നന്നെ ഇഷ്ടപ്പെട്ടു.

'ഇത്രയും പെട്ടെന്ന് അവർക്ക് വാക്ക് കൊടുക്കേണ്ടിയിരുന്നില്ല. അമേരിക്കേൽ അറിയാവുന്ന വല്ലോരോടുമൊക്കെ ചോദിച്ചിട്ട് തീരുമാനിച്ചാൽ മതിയായിരുന്നു' അമ്മ ആശങ്ക കാണിച്ചു.

'നിന്റെ നാത്തൂന് നല്ലോണം അറിയാവുന്ന ആൾക്കാരല്ലേ, പിന്നെന്താ ഒരു സംശയം? അഞ്ജൂനും അതല്ലേ താൽപ്പര്യം? അതല്ലേ അവൻ കൊടുത്ത മാലേം കൊണ്ട് വീട്ടിൽ വന്നത്?'

അവളപ്പോൾ ഹൃദയത്തിന്റെ ആകൃതിയിൽ പെൻഡന്റുള്ള മാലയിട്ട് കണ്ണാടിയിൽ നോക്കി ആസ്വദിക്കുകയായിരുന്നു. ഇനിമുതൽ സുന്ദരമായൊരു ജീവിതം കണ്ണാടിയിലെ പെണ്ണിനെപ്പോലെ കയ്യെത്തിപ്പിടിക്കാനാവാത്തതല്ല. സ്ത്രീധനമായി അവർ കറൻസിയും സ്വർണ്ണവും കൊണ്ട് തുലാഭാരം ചോദിച്ചുമില്ല.

എയർപോർട്ടിൽ എത്തിയിരിക്കുന്നു. നല്ല തണുപ്പുണ്ട്. അമേരിക്കയിൽ വന്നിട്ട് നാട്ടിലേക്കുള്ള ആദ്യത്തെ യാത്രയാണ്. ഒക്കത്തൊരു കുഞ്ഞുമായി അശോകിനോടൊപ്പം പോകേണ്ടവൾ. കണ്ണുചിമ്മി തുറക്കുവാൻ ശ്രമിച്ചപ്പോൾ കനംതൂങ്ങിയ കണ്ണുകൾ അടഞ്ഞുതന്നെയിരുന്നു.

'എന്റെ കുഞ്ഞിനെ കടലുകടത്തുകാ നിങ്ങളെല്ലാരും കൂടി. ഒന്നു നല്ലോണം തിരക്കീട്ടുമതിയാരുന്നു. എടുപിടീന്ന് നടത്തേണ്ടാരുന്നു ഈ കല്യാണം' വല്യമ്മച്ചി മാത്രം കല്യാണത്തലേന്നുവരെ സന്ദേഹം പ്രകടിപ്പിച്ചു.

'ഈ അമ്മക്ക് എന്തവാ? ഒരുനല്ല കാര്യം നടക്കാൻ പോകുമ്പോഴാ ഒരു

സങ്കടം പറച്ചിൽ'- അമ്മ ദേഷ്യപ്പെട്ടു. സൗഭാഗ്യം തേടിവരുമ്പോൾ ലോകം കാണാത്തവർ പറയുന്നതൊക്കെ ആരാ ശ്രദ്ധിക്കുന്നതെന്ന മട്ടിൽ ചാച്ചൻ ഇതൊന്നും കേട്ടില്ലെന്ന് നടിച്ചു.

അശോക് മടങ്ങിപ്പോകുന്നതിന് ഒരാഴ്ച മുമ്പായിരുന്നു അവരുടെ വിവാഹം. ആരെയും കൂസലില്ലാതെയുള്ള അവന്റെ തുറന്ന പെരുമാറ്റം അവൾക്കിഷ്ടമായി. പ്രത്യേകിച്ചും ആവശ്യത്തിലേറെ സ്നേഹം അവൾക്ക് വാരിച്ചൊരിയുമ്പോൾ. 'അഞ്ജു, ഐ ലവ് യൂ' തന്നെ ഓർമ്മിപ്പിക്കുവാനെന്നപോലെ ഇടക്കിടെ അവൻ പറഞ്ഞു. വർത്തമാനകാലത്തിനുനേരെ അന്ധനായി അവളെ കെട്ടിപ്പിടിച്ച് അവളോടൊട്ടിയിരുന്നു, അവന്റെ മമ്മിയും ഡാഡിയും അതേമുറിയിലുണ്ട് എന്നത് വകവെക്കാതെ.

'അവൻ ഒറ്റക്ക് വളർന്നതാ, അൽപ്പം വാശിക്കാരനും പൊസസീവും ആണെന്നു കണ്ടോ, മോളൊന്ന് വിട്ടുകൊടുത്താൽ മതി.' അശോകിന്റെ മമ്മി അവളുടെ മുടിയിൽ തലോടി.

'സ്വീറ്റ്സ്, എനിക്ക് നിന്നെ കാണാതിരിക്കാൻ വയ്യ' മടങ്ങിപ്പോവും മുമ്പ് അശോകനവളെ പൊക്കിയെടുത്ത് വട്ടം കറങ്ങി, അമ്മയുടെയും ചാച്ചന്റെയും മുന്നിൽ വച്ചു തന്നെ.

'സ്നേഹം കൊണ്ടല്ലേ' പരസ്യമായി കൈപിടിക്കുന്നതുതന്നെ അശ്ലീലമെന്ന് കരുതിയ അമ്മ ചിരിച്ച് ചാച്ചനോട് പറഞ്ഞു. 'എന്തായാലും അവനുള്ളപ്പോൾ ഒരനക്കമുണ്ടായിരുന്നു'.

'ഞാൻ പെട്ടെന്ന് ചത്തുപോയാൽ എന്റെ കുഞ്ഞിന് ശവം പോലുംഒന്ന് കാണാൻ പറ്റത്തില്ലല്ലോ' അവളുടെ പേപ്പേർസ് എല്ലാം ശരിയായി അമേരിക്കയിലേക്ക് പോകുന്ന ദിവസം വല്യമ്മച്ചി മാത്രം പരാതിപറഞ്ഞ് കരഞ്ഞു.

'ഈ അമ്മക്ക് എന്തവാ, നല്ലൊരു കാര്യത്തിന് പോകുമ്പോഴാ ഒരു പരാതി പറച്ചിൽ' അമ്മ പതിവുപോലെ ദേഷ്യപ്പെട്ടു.

അവൾ അമേരിക്കയിലെത്തിയപ്പോൾ ശിശിരം തുടങ്ങിയിരുന്നു, ഇലപൊഴിയും കാലം. മരങ്ങളുടെ നഗ്നമാക്കപ്പെട്ട ചില്ലകൾക്കിടയിലൂടെ തണുപ്പരിച്ചുവന്നു. അവന്റെ ദാഹം അവളിൽ വേനൽകാറ്റായി പടർന്നു. മനസ്സും ശരീരവും തുറന്നിട്ട ജാലകങ്ങളായി.

'ഈ ചെറിയ കുപ്പികൾക്കുള്ളിലെ കുഞ്ഞുഗുളികകൾ കണ്ടില്ലേ, ഈ ഗുളികകളാണ് എന്റെ മനസ്സിന്റെ കടിഞ്ഞാൺ പിടിക്കുന്നത്. പേടിക്കേണ്ട എല്ലാം അണ്ടർ കൺട്രോൾ. മുടങ്ങാതെ എടുത്താൽ മാത്രം മതി'

ഋതുക്കൾ മാറി. മഞ്ഞുകാലം വന്നു.

പുറത്ത് കനത്ത മഞ്ഞ് പെയ്തു. അവളുടെ ആദ്യത്തെ സ്നോ സ്റ്റോം. അശോകാണ് അവളെ നിർബന്ധിച്ച് ആളൊഴിഞ്ഞ മഞ്ഞുമൂടിയ വഴികളിലൂടെ കാറോടിച്ച് കൊണ്ടുപോയത്. ഇലകൊഴിഞ്ഞ മരങ്ങളിലും കുറ്റിച്ചെടികളിലും നിറഞ്ഞുനിന്ന മഞ്ഞിൽ ഒരു വിന്റർ വണ്ടർലാൻഡ്. കാറുകളി

ല്ലാത്ത പാർക്കിങ്ങ്ലോട്ടിൽ ആവുംവേഗത്തിൽ നിയന്ത്രണംവിടുമാറ്, അവൾക്ക് പേടിതോന്നും വിധം അവൻ ആക്സിലറേറ്ററിൽ ആഞ്ഞുചവുട്ടി. യുവത്വത്തിന്റെ തിളപ്പ്, മനസ്സിന്റെ ഉന്മാദം.

'നിർത്തൂ' അവൾ പേടിച്ച് കരയുവാൻ തുടങ്ങി.

പ്രകോപനം കൊണ്ടമുഖത്ത് തെളിഞ്ഞുകണ്ടത് പൈശാചികതയാണ്. 'യൂ ഷട്ട് അപ്പ്' കരുത്തുള്ള കൈപ്പത്തികൾ അവൾക്ക് നേരെ ഉയർന്നുതാണു.

'ചിലപ്പോഴൊക്കെ ഇങ്ങനെ നിയന്ത്രണം വിടാറുണ്ട്'. 'കഴിഞ്ഞ കുറച്ചുദിവസങ്ങൾ അവൻ മരുന്ന് കഴിച്ചുകാണില്ല. മറന്നുകാണും. നീയിതൊക്കെ നോക്കീം കണ്ടും ചെയ്യേണ്ട കാര്യങ്ങളല്ലേ?'

മമ്മി അവനെയും കൊണ്ട് പതിവുഡോക്ടറുടെ അടുക്കൽ പോയി. മരുന്ന് മാറ്റിയെടുത്തു. മുടങ്ങാതെ കഴിക്കുന്നുണ്ടെന്നവർ ഉറപ്പുവരുത്തി. മരുന്നുകൾക്കും കടിഞ്ഞാണിടാനാവാത്തൊരു മനസ്സുണ്ടെന്ന് അവൾക്ക് ബോധ്യമായി. 'ബൈപോളാർ, മേനിയ, ഡിപ്രെഷൻ' മെഡിക്കൽ വാക്കുകൾ അവളുടെ മുന്നിൽ ഉരുണ്ടുകളിച്ചു.

'നീ ഈ വിവരങ്ങളൊന്നും നാട്ടിലേക്ക് വിളിച്ചു പറയേണ്ട. കുഞ്ഞും കുട്ടിം ഒന്നുമല്ലല്ലോ ഇങ്ങനെ കരഞ്ഞോണ്ടിരിക്കാൻ. വല്ലതും പഠിച്ച് നേഴ്സിങ്ങ്പരീക്ഷ പാസ്സാകാൻ നോക്ക്'

കുട്ടിയാണെന്ന് തോന്നിയിട്ടില്ല. കല്ല്യാണം കഴിഞ്ഞാൽ കുട്ടിത്തം മാറ്റിവെക്കണമെന്ന് അറിയാഞ്ഞിട്ടുമല്ല. പരീക്ഷ പാസ്സായി ജോലിയെടുക്കണമെന്ന് ആഗ്രഹമുണ്ട്. കരയുമ്പോൾ മനസ്സിന്റെ ഭാരം അൽപ്പം ഒഴുക്കിത്തീർക്കാമെന്നത് ഒരു മിഥ്യാബോധമായിരുന്നു.

'അവൻ പിന്നേം ഡ്രഗ്സ് എടുക്കാൻ തുടങ്ങിയെന്നാ തോന്നുന്നെ' മമ്മിയും ഡാഡിയും ശബ്ദം താഴ്ത്തി സംസാരിച്ചു. അശോക് തെരുവുഡ്രഗ്ഗുകൾ തേടിപ്പോയി.

അവൾ ആർത്തിപിടിച്ച് പഠിച്ചു. ജോലിതുടങ്ങിയാൽ വീടിന് വെളിയിൽ ഇറങ്ങാമല്ലോ. ചാച്ചനോടും അമ്മയോടും രഹസ്യമായി സംസാരിക്കുവാൻ ഇന്ത്യൻ കടകളിൽനിന്ന് കോളിങ്ങ്കാർഡ് വാങ്ങുവാൻ പോലും പറ്റാത്തൊരു സ്ഥിതി. നടന്നുപോവാൻ പറ്റിയ ദൂരത്തിൽ കടകളില്ല. കാറോടിക്കുവാൻ ഇതുവരെ ലൈസൻസ് ഇല്ല. ഒരു ബസ്സ്റ്റോപ്പ് പോലും അടുത്തെങ്ങുമില്ല.

'നേരത്തും കാലത്തും കൊച്ചുങ്ങളെ ഉണ്ടാക്കിയാൽ എനിക്ക് ആരോഗ്യം ഉള്ളപ്പോൾ വളർത്താൻ സഹായിക്കാം.' പരീക്ഷ പാസ്സായി ജോലികിട്ടിയപ്പോൾ മമ്മി പറഞ്ഞുതുടങ്ങി. ഇങ്ങനത്തെ ഒരു പരിതസ്ഥിതിയിൽ കുട്ടികൾ? ആ ചിന്ത കൊലക്കയറുപോലെ അവളുടെ മുന്നിൽ കിടന്നാടി.

നിനച്ചിരിക്കാത്ത നേരത്താണ് ജീവിതം നേരമ്പോക്കുകളുമായി വരു

ന്നത്, എല്ലാവരെയും ഒന്ന് പരിഹസിക്കാൻ. പ്രസിഡന്റ് ബുഷ് വൈറ്റ് ഹൗസ് വിടും മുമ്പെ അമേരിക്കൻ ജോലികൾ കടലുകടന്നു. അവക്ക് പിറകെ കടൽക്കാക്കകൾ കരഞ്ഞ് വിലാപയാത്ര നടത്തി. 'വാൾസ്ട്രീറ്റിലെ' കറുത്ത ദിവസങ്ങൾ അമേരിക്കൻ സാമ്പത്തികസ്ഥിതിയിൽ കരിനിഴൽ വീഴ്ത്തിയപ്പോൾ ഓബാമ വൈറ്റ് ഹൗസിലേക്ക് വന്നു. അശോകിന് ജോലി നഷ്ടപ്പെട്ടു. ഒബാമയെന്നും ബുഷ് എന്നും പക്ഷഭേദമില്ലാത്ത രോഗങ്ങൾ അഞ്ജു ജോലിചെയ്യുന്ന ആശുപത്രിയിലെ തിരക്കുകൂട്ടി.

'അവന് വേറൊരു ജോലിയെന്തിനാ? നമ്മുടെ ഗ്യാസ്സ്റ്റേഷൻ* നോക്കിനടത്തിയാൽ മതിയല്ലോ. നീയവനെ ഓരോന്ന് പറഞ്ഞ് കൊച്ചാക്കാതിരുന്നാൽ മതി. അവനേക്കാളും കൂടുതൽ ശമ്പളമുള്ളതിന്റെ അഹംഭാവമാ നിനക്ക് പണ്ടേ.'

അശോകിനോടൊപ്പമുള്ള ജീവിതം കടലിലെ തോണിയിലെന്നപോലെ. അപ്രതീക്ഷിതമായ ക്ഷോഭങ്ങൾ, തിരമാലകൾക്കൊപ്പം ഉയർന്നും താഴ്ന്നും. ബാലിശമായ ചിലപെരുമാറ്റങ്ങൾ, എടുത്തുചാട്ടങ്ങൾ, മാനസികവും ശാരീരികവുമായ പീഡനങ്ങൾ. തെരുവുസംസ്കാരം പലപ്പോഴും വെളിയിൽ വന്നു. വിവാഹജീവിതം കന്നുപൂട്ടി നിലം ഉഴുകുന്നതുപോലെയാണ്. രണ്ട് കന്നുകളും ഒരേപോലെ യത്നിച്ചെങ്കിലേ മുന്നോട്ടുപോകാനാവൂ, നുകത്തിന്റെ ഭാരം താങ്ങാനാവൂ. കാര്യമായും കരഞ്ഞും സംസാരിച്ചു നോക്കി.

പള്ളിയിൽവെച്ച് പരിചയമുള്ളൊരു ആന്റി, മമ്മി കൂടെയില്ലാതിരുന്ന നേരം നോക്കി, അടുത്തുവന്നു. 'അശോകിന് പഴയ ഡ്രഗ് പ്രോബ്ലം തുടങ്ങി അല്ലേ? കുറച്ചുനാൾ ക്ലീൻ ആയി നടന്ന സമയത്താണ് നാട്ടിൽ കൊണ്ടുപോയി പെണ്ണുകെട്ടിച്ചത്. കൂടാതെ മാനസികരോഗിയുമാണല്ലോ? ഇതൊക്കെ ഇവിടെയെല്ലാവർക്കും പണ്ടേ അറിയാവുന്ന കാര്യങ്ങളാ.'

ജോലി നഷ്ടപ്പെട്ടതിനാൽ അശോക് മിക്കവാറും വീട്ടിൽ തന്നെ. ഡ്രഗ്സിന്റെ സ്വാധീനമേറിയ ഒരു രാവിൽ അവന്റെ സിരകളിൽ ആസക്തി പടർന്നു, കാമം കത്തി. 'അഞ്ജു, എനിക്ക് ഒരു കുഞ്ഞുവേണം. എന്റെയും നിന്റെയും രക്തം അവനിലൂടെ ഒഴുകണം.'

സാധാരണ പരിതസ്ഥിതിയിൽ മാധുര്യമൂറുമായിരുന്ന വാക്കുകൾ തലക്കുള്ളിൽ സ്ഫോടനമുണ്ടാക്കി. അമ്മയുടെ അസമയത്തുവന്ന ഫോൺ കോളാണ് അവളെ രക്ഷിച്ചത്. അനുജത്തിയുടെ വിവാഹാലോചനകൾ തകൃതിയായി നടക്കുന്നു. ലിവിങ്ങ്റൂമിലിരുന്ന് സംസാരിക്കുമ്പോൾ മമ്മി ബെഡ്റൂമിൽ നിന്നിറങ്ങിവന്ന് കഴുകന്റെ കണ്ണുകളോടെയും വവ്വാലിന്റെ ചെവികളോടെയും സോഫയിലിരുന്നു. തന്റെ സ്വകാര്യത പണ്ടേ പണയത്തിലാണ്.

** പെട്രോൾപമ്പ്*

ഇങ്ങനെയൊരു പരിതസ്ഥിതിയിൽ അശോകിന്റെ കുട്ടിയെ പ്രസവിക്കുക? തെരുവുഡ്രഗ്ഗുകൾ രക്തത്തിലലിഞ്ഞിരിക്കുമ്പോഴല്ല ഒരു കുഞ്ഞു പിറക്കേണ്ടത്, സ്നേഹം സിരകളിൽ ഒഴുകുമ്പോഴല്ലേ? അവരുടെ കുഞ്ഞ്, അവനുമായി ബന്ധിച്ചിട്ട ഇരുമ്പുചങ്ങലയായി കഴുത്തിൽ ചുറ്റി മുറുക്കി. അവൾക്ക് ശ്വാസം മുട്ടി, ജീവവായു ലഭ്യമല്ലാത്തപോലെ.

കൂടെ ജോലി ചെയ്യുന്ന രശ്മി ഓടിവന്നു. 'നിനക്ക് പാനിക്ക് അറ്റാക്കാണ്. ഇങ്ങനെ ആദ്യമായി വരികയാണോ. നീയെന്താണ് ഇത്രയധികം ഭയപ്പെടുന്നത്?'

എല്ലാം തുറന്ന് പറയേണ്ടി വന്നു. അവൾക്ക് ധൈര്യം കൊടുത്തുകൊണ്ട് കൂട്ടുകാരി പറഞ്ഞു 'പോംവഴികളില്ലാത്ത പ്രശ്നങ്ങളുണ്ടോ, അഞ്ജു'.

പീഡിതരായ സ്ത്രീകളെ സഹായിക്കുന്ന മലയാളി സംഘടനകളുണ്ട്. വക്കീലന്മാർ അവരുടെ സേവനം സൗജന്യമായി ഇത്തരം സംഘടനകൾക്ക് നൽകുന്നുണ്ട്. ചാച്ചനോടുമാത്രം അവൾ കാര്യങ്ങൾ തുറന്നുപറഞ്ഞു, അതും രശ്മിയുടെ സെൽഫോണിലൂടെ. എല്ലാം വിട്ടെറിഞ്ഞ് തിരികെ വരുവാനാണ് ചാച്ചൻ ആവശ്യപ്പെട്ടത്. അനുജത്തിയുടെ വിവാഹം ഉറപ്പിച്ചതിനാൽ തൽക്കാലം എല്ലാം രഹസ്യമായിത്തന്നെയിരിക്കട്ടെ എന്നായിരുന്നു അവളുടെ തീരുമാനം. വിവരം ഉടനെ അറിയിച്ച് അമ്മയുടെ മനസ്സ് വിഷമിപ്പിക്കുവാൻ ചാച്ചനും ഇഷ്ടമുണ്ടായിരുന്നില്ല. ജീവിതത്തിലാദ്യമായി ഒരു മകൾക്ക് ഒരിക്കലും തോന്നുവാൻ പാടില്ലാത്തവിധം അമ്മയോട് അസൂയ തോന്നി അമ്മയെക്കുറിച്ച് കരുതുവാൻ ചാച്ചനുണ്ടല്ലോ!

അവനിൽനിന്ന് രക്ഷപ്പെടണം. മരക്കുരിശിൽ കിടക്കുമ്പോഴും മാനസാന്തരപ്പെടാത്ത ജന്മമാണ് അവനിപ്പോൾ.

രാത്രി അധികം വൈകിയില്ലാത്തതിനാൽ മമ്മിയും ഡാഡിയും ഗ്യാസ് സ്റ്റേഷൻ അടച്ച് വീട്ടിൽ എത്തിയിരുന്നില്ല. അശോക് മുറിയിലാകെ എന്തോ തിരയുകയായിരുന്നു. കയ്യിലുള്ള പണം തീർന്നുകാണണം.

'അഞ്ജൂ' ഒരു ഗർജ്ജനമായിരുന്നു.

അശോക് ഒരു വെളിച്ചപ്പാട് പോലെ ഉറഞ്ഞുതുള്ളുന്നു. അവന്റെ കയ്യിൽ അവൾ ഹാൻഡ്ബാഗിൽ ഒളിപ്പിച്ചുവെച്ച ഗർഭനിരോധന ഗുളികകളുടെ പാക്കേജ്.

അവളെ കിടക്കയിലേക്ക് തള്ളിയിട്ടു. അവന്റെ സിരകളിൽ പടർന്നത് പ്രതികാരം. സ്നേഹത്തിന്റെ നൂലിഴകൾ പാകാത്ത മുഖത്തും കണ്ണുകളിലും കത്തിയത് ഉന്മാദം. അവൻ തലയിണ പലതവണ അവളുടെ മുഖത്തോടമർത്തിപ്പിടിച്ചു. എതിർക്കുവാൻ ശക്തിയില്ലാതായപ്പോൾ ശവത്തിലെന്നപോലെ പുഴുക്കൾ ഇഴഞ്ഞു. പഴുതാര അവളിൽ വിഷമിറക്കി.

പെണ്ണിന്റെ വേദന ഏദൻതോട്ടത്തിൽ വെച്ച് ഹൗവ്വയിൽ തുടങ്ങിയതാണ്.

ഹൗവ്വയെ പഴം കാട്ടി പ്രലോഭിപ്പിച്ച് അവൾക്ക് വേദന കൊടുത്ത പാമ്പ്. അതൊരു ആൺ പാമ്പായിരുന്നോ? ആദാം ഇല്ലാതിരുന്ന തക്കം നോക്കി അവളുടെ അടുത്ത് വന്നതല്ലേ? അവളുടെ രക്ഷകനായ ആദാം അന്ന് എ വിടെയായിരുന്നു? ദൈവം അന്ന് കോപിച്ചു. ആദാം അവളെ കുറ്റപ്പെടുത്തി, അവളോട് കലഹിച്ചു. ഹൗവ്വ പിന്നീട് മക്കളെ നൊന്തുപ്രസവിച്ചു.

മടുത്ത ജീവിതം തലയിണക്കടിയിൽ ശ്വാസം കിട്ടാതെ പിടയുന്നു. മരുന്നിന്റെ ഓവർഡോസ്.. തടാകത്തിലെ നിലയില്ലാക്കയം... കൈത്തണ്ടയിലെ നീലക്കുഴലുകളിൽ അമർന്നുവീഴുന്ന വേദന... എന്തെല്ലാം എന്തെല്ലാം വഴികൾ!

ധൈര്യം എവിടെനിന്നോ ഇഴഞ്ഞുവന്നു, ഏദൻതോട്ടത്തിലെ പാമ്പിനെപ്പോലെ പ്രലോഭിപ്പിച്ചുകൊണ്ടും മോഹിപ്പിച്ചുകൊണ്ടും -ജീവിതം മധുരമുള്ളൊരു കനിയാണ്, ഒന്ന് രുചിച്ച് നോക്കൂ. നിന്റേതായൊരു ജീവിതമുണ്ടാക്കാം. ഡ്രഗ്ഗുകൾക്ക് അടിമയാക്കപ്പെട്ടവന്റെ അടിമയാകരുത്.-

'ഇതെന്താ നിന്റെ മുഖത്തും കഴുത്തിലും നിറയെ പാടുകൾ? എന്തെങ്കിലും ഫിസിക്കൽ അബ്യൂസ്?

'നിന്റെ ഭർത്താവിനെപ്പോലെയുള്ളവനെയാണ് ഭാര്യയെ ബലാൽസംഗം ചെയ്തവൻ എന്നുവിളിക്കുന്നത്. നിന്നെ കൊല്ലാൻ ശ്രമിച്ചില്ലേ, എന്തെങ്കിലും സംഭവിക്കുന്നതിനു മുമ്പായി പോലീസിൽ പരാതികൊടുക്കണം. ഞാൻ സഹായിക്കാം. നീ എന്റെ കൂടെ വന്ന് താമസിക്ക് മോളെ' മദ്യപാനിയായ ഭർത്താവിൽ നിന്നും വിവാഹമോചനം നേടി ഉലയാതെ പിടിച്ചു നിൽക്കുന്ന രശ്മി പറഞ്ഞു.

അശോക് വീട്ടിലില്ലാതിരുന്ന ഒരു സന്ധ്യക്ക് കുറെ തുണികളുമായി വീടുവിട്ടു. ഇനി വിഷപ്പാമ്പിന്റെ ദംശം ഏൽക്കാൻ വയ്യ. ഇന്നു വൈകിട്ട് ജോലികഴിഞ്ഞ് വീട്ടിലെത്താതാവുമ്പോൾ തന്നെ കാണാതായി എന്ന് മമ്മിയും ഡാഡിയും അശോകും പോലീസിൽ പരാതികൊടുക്കും. താമസിയാതെ തന്നെ അശോക് അവളിൽനിന്ന് അകന്നു നിൽക്കണമെന്ന് ആവശ്യപ്പെടുന്ന പോലീസ് ഓർഡർ അവന് കിട്ടും.

ആരും ആശുപത്രിയിൽ തിരക്കി വന്നില്ല. അനുജത്തിയുടെ കല്യാണം കഴിഞ്ഞിട്ട് രണ്ടാഴ്ചയായിരുന്നു. പല ഒഴിവുകഴിവുകൾ പറഞ്ഞ് അവൾ വിവാഹത്തിന് പോയില്ല. ഇന്നു രാത്രിയിൽ അമ്മയെ വിളിച്ച് വിവരങ്ങൾ പറയണം. അമ്മ വിഷമിക്കും, തീർച്ച. തന്നത്താൻ കാര്യങ്ങൾ നോക്കാൻ പ്രാപ്തിയുള്ള പെണ്ണായി മാറിയെന്ന് അമ്മയെ മനസ്സിലാക്കണം. ഉടനെ വക്കീലിനെക്കൊണ്ട് ഡിവോഴ്സിനുള്ള പേപ്പറുകൾ ഫയൽ ചെയ്യിക്കണം. റ്റിക്കറ്റിന് വിലകൂടും മുമ്പ് നാട്ടിൽ പോകുവാൻ അവധി ചോദിക്കണം. നിർബന്ധിച്ചാൽ അമ്മയും ചാച്ചനും ഒരിക്കൽ അമേരിക്ക കാണാൻ വരാതിരിക്കില്ല. അങ്ങനെ പല ചിന്തകളുമായാണ് അന്നവൾ ജോലികഴിഞ്ഞ് വീട്ടി

ലേക്ക് തിരിച്ചത്. അന്ന് രശ്മിക്ക് ഈവനിങ്ങ് ഷിഫ്റ്റായിരുന്നു.

പ്ലെയിൻ ഒന്ന് കുലുങ്ങി താണു. എയർപോക്കറ്റിലൂടെ കടന്നുപോവുകയാവും. താഴ്ന്ന് പറന്നുതുടങ്ങിയെന്നു തോന്നുന്നു. പെട്ടന്ന് വലിയൊരു പ്രകാശം കടന്നുവന്നു. പ്രകാശവലയത്തിൽ അകപ്പെട്ടപ്പോൾ വെള്ളച്ചിറകുകളുള്ള മാലാഖമാർ.

'ഇന്ന് മൂന്നാം ദിവസമല്ലേ? നീ വരുമെന്ന് ഉറപ്പായിരുന്നു. ഇതാണ് നിന്റെ ആത്മാവിനും അവകാശപ്പെട്ട സ്വർഗ്ഗം. നിന്റെ ശരീരം ഭൂമിയിലെവിടെയോ ഇപ്പോൾ ജീർണ്ണിച്ചുകൊണ്ടിരിക്കുന്നു'. സ്നേഹത്തിന്റെ ഊഷ്മളതയില്ലാത്ത കാരുണ്യം നിറഞ്ഞ ചൈതന്യമായിരുന്നു അവരുടെ മുഖങ്ങളിൽ.

'നിനച്ചിരിക്കാത്ത നേരത്ത്, ജീവിച്ചുകഴിയാത്ത ജീവിതങ്ങളിൽ അടിച്ചേൽപ്പിക്കുന്ന സ്വർഗ്ഗം എനിക്ക് വേണ്ട. എന്നെ സ്നേഹിക്കുന്നവരോടൊപ്പം എനിക്ക് ജീവിക്കണം. എനിക്ക് സ്നേഹം വേണം. ഞാൻ എന്തു പാപമാണ് ചെയ്തത്?'

വിമാനം എയർപോർട്ടിൽ താഴ്ന്നിറങ്ങി. ചാച്ചനും അമ്മയും കാത്തുനിൽക്കുന്നുണ്ടാവും. നടക്കാനാവാത്തതിനാൽ വല്യമ്മച്ചി വന്നു കാണില്ല. സിൽക്കുസാരിയണിഞ്ഞ സുന്ദരികളായ എയർഹോസ്റ്റസുമാരെ അടുത്തെങ്ങും കണ്ടില്ല, പകരം പെട്ടിക്കുള്ളിലെ സാറ്റിൻ തുണിയുടെ വെളുത്ത തിളക്കം മാത്രം. കൈകൾ വിടുവിക്കുവാൻ നോക്കി. അനങ്ങുന്നില്ല. കൂട്ടിപ്പിടുപ്പിച്ചിരിക്കുന്ന കൈകൾക്കുള്ളിൽ കൊന്തയും കുരിശും.

അവൾ ഇപ്പോൾ എല്ലാം ഓർക്കുന്നു. അന്ന് രശ്മിക്ക് ഈവനിങ്ങ് ഷിഫ്റ്റായിരുന്നതിനാൽ തനിയെയാണ് ജോലിയിൽ നിന്നിറങ്ങിയത്. അപ്പാർട്ടുമെന്റിന്റെ താക്കോൽ പഴുതിലിട്ടു തിരിച്ചു. പുറകിൽ നിന്നും കരുത്തുറ്റ കൈകൾ വായ് പൊത്തി. മുഖത്തിന് അശോകിന്റെ ഛായ, ഒരുവർഷം മുമ്പ് പാർക്കിൽ അണ്ണാറക്കണ്ണനെ വിരട്ടിയോടിച്ച കുസൃതിച്ചെക്കനായിരുന്നില്ല അവനപ്പോൾ. തോക്കിന്റെ പിന്നാലെ അകത്തുകയറി.

'നിനക്കെന്നെ മാറ്റിനിർത്തണം, അല്ലേ?' പോലീസിന്റെ റിസ്ട്രെയിനിങ്ങ് ഓർഡർ അവന്റെ കയ്യിൽ വിറച്ചു.

'അഞ്ജൂ, എന്റെ അഞ്ജു, നീ എന്റേതുമാത്രം' അവൻ കരഞ്ഞോ? അഞ്ചാമത്തെ തവണ അവൻ തോക്ക് തിരിച്ചുപിടിച്ചു. നിറയൊഴിയുന്ന തോക്ക് ജീവനൊടുക്കുമെന്ന് അവൻ അറിഞ്ഞിരുന്നില്ലേ?

പ്രവാസചന്ദ്രിക, ആഗസ്റ്റ് 2009.